AF305472

L'INDOCHINE

d'hier et d'aujourd'hui

PAR

Henri CUCHEROUSSET
Traduit par VU-CONG-NGHI

*Offert
par l'Agence Économique
de l'Indochine*

ÉDITIONS DE

L'ÉVEIL ÉCONOMIQUE

HANOI
MCMXXVI

L'INDOCHINE
d'hier et d'aujourd'hui

PAR

HENRI CUCHEROUSSET

Licencié en droit
Directeur de l'Éveil Économique de l'Indochine.

TRADUIT PAR

VŨ-CÔNG-NGHI

publiciste

ÉDITIONS DE

L'ÉVEIL ÉCONOMIQUE

HANOI

MCMXXVI

ĐÔNG-DƯƠNG
ngày xưa và ngày nay

Henri CUCHEROUSSET

Luật-khoa cử-nhân,
Chủ-nhiệm Đông-Dương kinh-tế báo.

SOẠN

VŨ-CÔNG-NGHI

DỊCH

TẬP SÁCH IN CỦA

ĐÔNG-DƯƠNG KINH-TẾ BÁO-HÀ NỘI-MCMXXVI

S.M. SISAVANG-VONG, Roi de Luang Prabang   S. M. SISOWATH, Roi du Cambodge.
Vua SISAVANG-VONG xứ Lào.   Vua SISOWATH xứ Cao-mên.

CẢI-CHÍNH
những chỗ in lầm.

Trang thứ 4, từ dòng thứ chín đến dòng thứ mười lăm là th bỏ cả đi.

Trang thứ 4, dòng thứ 20, câu : « Nếu họ trẻ hơn ít nữa... không đúng, xin đọc là : « Nếu họ không trẻ như thế .... »

Trang thứ 10, dòng 15 từ chữ : « Nếu..... đến cuối câu là thừa cả đi.

Trang 70, dòng 29, câu : « Người trong đánh... », xin đọc « Người trong nước đánh..... »

Những đoạn trên này bỏ đi và một vài đoạn cỏn con nữa ở bên dịch có khác bản chữ tây đôi chút, là vì khi tác-giả sửa lại bản chữ trong khi chữa bài in, sơ-ý không nói cho dịch-giả biết để sửa dịch luôn thể.

V. C. N.

M. P. PASQUIER,
Gouv. g p. i.
Quan quyền Toàn
quyền PASQUIER

Sa Majesté
BAO-DAI.
Đức BẢO-ĐẠI
Hoàng-đế.

M. Alex. VARENNE,
Gouverneur général.

Quan Toàn-quyền
Alex. VARENNE.

S.M. SISAVANG-VONG, Roi de Luang Prabang
Vua SISAVANG-VONG xứ Lào.

S. M. SISOWATH, Roi du Cambodge.
Vua SISOWATH xứ Cao-mên.

MẤY LỜI NÓI ĐẦU

CHÚNG ta ở vào một cái thời-kỳ (¹) đặc-biệt. Sự thái-bình lan khắp trong xứ, không có một dân-tộc ngoại-bang (²) nào để tâm xâm-phạm đến ta. Những chủng-tộc khác nhau ăn ở với nhau rất là hòa-khí. Những tội ác và những sự cướp bóc rất hiếm. Người đi tỉnh này sang tỉnh khác chẳng hề lo sợ. Người nào lắm tiền nhiều của cứ công-nhiên hưởng sự giầu sang. Công-lý che chở cho tài-sản, cho việc buôn bán và việc làm ăn của nhân-dân.

Trong xứ sản nhiều hơn ngày xưa không những là gạo lại còn nhiều sản-vật ở trên mặt đất và ở dưới đất nữa. Hễ trong xứ sản ra được thứ gì nhiều hơn sự cần dùng của nhân-dân thì đem đổi cho những nước láng diềng rất là lời.

Kỹ-nghệ thì được thịnh-vượng. Trong hạng nhà-quê và hạng quan-lại thì có một hạng trung-lưu bản-xứ rất là cần-mẫn, thông-minh và sung-túc.

Nói tóm lại thì người trong xứ này có đủ cả mọi sự để hưởng cuộc sung-xướng. Thế nhưng mà cũng thấy có một số người không bằng lòng yên phận, nhất là những người không đủ những lẽ phải chăng mà làm bộ ra thế.

Nếu họ trẻ hơn ít nữa, họ sẽ biết rằng khi tốt-nghiệp ở nhà trường ra, người ta còn phải học nhiều về sự từng-trải ở đời, và cái khôn ngoan của người già cả không nên khinh-bỉ, dù những người này không biết khoa-học ở tây phương cũng vậy.

Nhưng mà trong cái thời-kỳ này có một làn cuồng-phong (³) thổi lan trong nhiều xứ. Cái gương những xứ bị làn cuồng-phong (³) này thổi làm loạn những cái óc ít suy-nghĩ. Những trẻ con học

---

(1) Thời-kỳ = khoảng thì giờ.
(2) Dân-tộc ngoại-bang = dân-tộc ở ngoài, nước ngoài.
(3) Cuồng-phong = đây nói làn gió không tốt.

Angkor — Temple — Vue prise du Sud.
Chùa Đế-thiên Đế-thích. — Cảnh chụp ở phía Nam.

INTRODUCTION

Nous vivons à une époque singulière. La paix règne dans notre pays ; aucun peuple étranger ne songe à nous atta-quer ; les races diverses vivent en bonne harmonie, les crimes et les actes de piraterie sont rares ; on voyage sans crainte ; ceux qui ont du bien osent en jouir ouvertement. La Justice protège la propriété, le commerce et le travail.

Bref le pays a tout pour être heureux. Cependant on voit des mécontents, souvent ceux qui auraient le moins de raisons de l'être.

S'ils étaient moins jeunes ils sauraient qu'au sortir de l'école l'homme a encore beaucoup d'apprendre par l'expérience de la vie, et que la sagesse des vieillards ne doit pas être méprisée.

Mais à notre époque souffle dans beaucoup de pays un vent de folie ; et l'exemple de ces pays trouble les esprits peu réfléchis. —

được một vài điều kiến-văn (¹) mà ông cha mình không biết, thì say sưa như uống phải một thứ rượu mới, tưởng ngay như mình giỏi hơn cha mẹ và thầy dậy mình rồi.

Người Tây lại đem sang cho xứ này những thuần-phong mỹ-tục (²) như là thầy học không lấy roi song đánh học trò, tòa án không thi-hành nhục-hình, những kẻ có tội lỗi thì được tha thứ cho lần thứ nhất.

Thế mà việc này cũng làm cho nhiều người điên dồ kiều-căng đẩy.

Cái văn-minh cổ ở nước Đại-Nam này là gốc ở như sự tôn-kính người già cả và ở như sự vâng lời cha mẹ và những người thay mặt quốc-gia. Nếu hai cái gốc ấy mà thiếu mất thì trong nước tất loạn-lạc tứ tung.

Trước khi người Pháp sang đẩy thì cái văn-minh của những xứ trong cõi Đông-Dương này như nước Cao-Miên, nước Lào và nước Nam, cũng đã rất là đẹp đẽ. Cái văn-minh này khi đó đã bị một cái họa chung cho cả các dân-tộc nó nạt-dọa : nền văn-minh mà khuếch-trương (3) ra hay là bảo-thủ (4) lấy là phải nhờ ở sự nỗ-lực (5) và ở cái kỷ-luật (6), nhưng người ta thì thiên-tính vốn lười, bảo-thủ và tổ-chức sự nỗ-lực thì người ta coi là một việc nặng nhọc lắm.

Nếu một dân-tộc mà nhờ được những người đứng đầu có nghị-lực (7) bắt những kẻ lười-biếng phải làm việc và tổ-chức lấy công-việc ấy, dân-tộc này mà hết sức làm việc cho có phương-pháp (⁸) trong độ ít lâu thì sẽ trở nên thịnh-vượng và phú-cường ngay.

Nếu dân-tộc ấy vì được hưởng sự thảnh-thơi nhiều quá, không chịu hết sức làm việc, thì chẳng bao lâu sẽ thành ra yếu hèn, rồi bị tàn hại đi, hay là bị những dân-tộc khác chiếm mất, hay là lại quoay lại rã-man.

---

(1) Kiến-văn = điều biết mới.
(2) Thuần-phong mĩ-tục = phong tục hay.
(3) Khuếch-trương = làm cho lan rộng ra.
(4) Bảo-thủ = giữ dìn lấy.
(5) Nỗ-lực = hết sức làm gì.
(6) Kỷ-luật = lề lối để làm việc gì.
(7) Nghị-lực = kiên-nhẫn lạ thường.
(8) Phương-pháp = lề lối.

Mois du Kontoum (près de Dakto).

Người Mọi ở Kontoum (gần Dakto).

Des enfants, ayant acquis quelques connaissances que n'avaient pas leurs pères, en sont enivrés comme d'un alcool nouveau, et se croient supérieurs à leurs parents et à leurs maîtres.

D'autre part les Européens ont apporté des mœurs très douces ; le maître d'école ne frappe plus avec le rotin ; les peines corporelles ne sont plus appliquées par les tribunaux ; les condamnés sont pardonnés à leur première faute.

Et ceci aussi a tourné la tête de beaucoup et leur a donné de l'orgueil.

Or, dans le pays d'Annam, la vieille civilisation reposait sur le respect des vieillards et sur l'obéissance aux parents et aux représentants de l'autorité. Si ces deux bases manquent, de graves désordres s'en suivront.

Avant l'arrivée des Français la civilisation des pays d'Indochine, du Cambodge, du Laos aussi bien que de l'Annam, qui avait été très belle, était menacée par un péril commun à tous les peuples. La civilisation, en effet, ne se développe et ne se conserve que par l'effort et la discipline ; mais l'homme est par sa nature paresseux ; l'effort soutenu et organisé lui apparaît comme un mal.

Si, grâce à des chefs énergiques, qui forcent les paresseux au travail et organisent ce travail, un peuple fait un effort soutenu et méthodique de quelque durée il devient prospère, riche, puissant. Si, gâté par trop de bien-être, ce peuple se laisse aller au moindre effort, il redevient faible, est détruit ou subjugué par d'autres ou retombe dans la barbarie.

Lịch-sử thế-giới đã bày cho ta biết những dân-tộc trước kia rất là văn-minh, sau bị suy-đổi rất là tồi-tệ, tỉ như người Chàm ở Đông-Dương này ; lại những dân-tộc khác, trước kia rất là hèn yếu, đến sau chỉ trong có vài đời mà được phú-cường.

Sự vinh-hạnh ấy hay là sự suy-đổi ấy thường thường là cái phần thưởng của một cái thời-kỳ có nỗ-lực và có kỷ-luật, hay là sự phạt của cái thời-kỳ lười-biếng và vô-chủ.

Cũng có một vài dân-tộc, vì hèn yếu quá, không quyết-đấu được với những cảnh-ngộ khó-khăn, hay là trồng-cự được với sự ngã-trí và với cái khuynh-hướng (1) của sự mất nỗ-lực, thì nhờ cái sức cần-dùng của một vài nước phú-cường và nhân-từ, trong lúc tùng-phục tạm thời. Như là nước Pháp mà được văn-minh như ngày nay là nhờ sự tùng-phục nước La-Mã trong bốn thế-kỷ vậy.

Vậy thì cái vấn-đề sau này là cái vấn-đề về bọn thanh-niên ở cõi Đông-Dương.

Vì rằng cái tương-lai là của những người nào không sợ thực-hành cái nỗ-lực khó-khăn, và cái tương-lai thường trái với thiên-tính người đời. Vậy thì phải thực-hành cái nỗ-lực ấy để trồng-cự với ai ? ...... Với cái gì ?

Trước hết là để trồng-cự với bản-thân ta, với cái khuynh-hướng của ta về sự lười-biếng và không có kỷ-luật.

Sau là để trồng-cự với Tạo-Vật, chính Tạo-Vật thì vô-tình và chỉ muốn để người là còn cả của Thiên-công cai-quản. Chỗ kia đất cát phì-nhiêu, khí-hậu nồng-nàn làm cho người ta yếu-ớt, hòn đất chỉ xin người ta hết sức nỗ-lực làm việc.

Rồi sau nữa để trồng-cự với những dân-tộc khỏe hơn, có nghị-lực hơn, thường tìm cách loại ta ra và bóc lột ta.

Đã biết như vậy rồi, nay ta thử xem xem cái tình-thể của ta ở cõi Đông-Dương này là thể nào.

Một vị hiền-triết Hi-Lạp đã nói : " Người tự biết lấy ngươi ".

Vậy thì cái xứ ở Á-Châu này hiện đang tùng-phục nước Pháp là thể nào và dân-sự ra sao ? Trước khi người Pháp sang đây thì nhân-dân trong xứ có lập-thành một nước hợp-nhất không ? Có lập-thành một quốc-gia cường-thịnh, có thể tự khuếch-trương lấy được không ?

____

(1) Khuynh-hướng = cái lực nó quoay về sự gì.

L'histoire du monde nous montre des peuples tombés rapidement très bas après avoir été très civilisés, tels les Chams en Indochine ; d'autres qui, très faibles, sont montés au sommet en quelques générations. Cette grandeur ou cette décadence est le plus souvent la récompense d'une période d'effort et de discipline ou la punition d'une période de paresse et d'anarchie.

Certains peuples aussi, trop faibles par eux-mêmes pour lutter contre des circonstances malheureuses, ou pour résister au découragement ou à leur propre tendance au moindre effort, ont puisé la force nécessaire dans une soumission temporaire à quelque grande nation puissante et généreuse. C'est ainsi que la France doit sa civilisation à quatre siècles de soumission au glorieux empire romain.

Voici donc le problème qui se pose à la jeunesse d'Indochine.

Puisque l'avenir est à ceux qui n'ont pas peur de faire cet effort pénible, qui répugne à la nature humaine, contre qui, contre quoi faut-il faire effort ?

Contre nous-mêmes d'abord, contre notre tendance à la paresse et à l'indiscipline.

Un mandarin d'aujourd'hui.
Một ông quan ngày nay.

Un lettré d'autrefois.
Một nhà nho khi xưa.

Độ nửa thế-kỷ nay thì cái tình-thể ra sao ?

Và cái tình-thể ngày nay ra sao ? Trong sự biến-đổi này thì công-việc nước Pháp ở đây thể nào ?

Ta hãy xét một vài việc, các bạn đọc-giả thanh-niên nên suy-nghĩ và nên tự hỏi rằng : nếu người Pháp không sang đây thì xứ này ra thể nào ? Ta lại chẳng sung-sướng hơn ông cha ta khi xưa hay sao ? Nếu xứ này bỗng dưng để cho nhân-dân tự-trị (¹) lấy một mình thì sẽ ra làm sao ?

Mơ-màng những giấc mộng đẹp-đẽ và giải bày những giấc-mộng ấy trong văn-chương cẩm-tú (²) thì thật là dễ, nhưng mà chỉ là những giấc mộng mà thôi. Muốn tiên-kiến (³) cái tương-lai thì phải lấy những việc hành-vi làm gốc. Ấy là cái việc mà chúng tôi định thử làm, nhưng mà sự mà chúng tôi có thể nói ngay là Tạo-Vật không nhảy bao giờ, mà sự tiến-bộ của Tạo-Vật thường chậm-chạp. Nếu có thực-hành sự tiến-bộ một cách thong thả, tuần-tự và khó-khăn thì mới có thể thu-thập được hẳn sự tiến-bộ ấy trong một thời-kỳ lâu dài vậy.

LỜI TIỂU-CHÚ CỦA DỊCH-GIẢ

Bản dịch này không những chỉ để cho người có học-thức xem, nhưng lại để cho người học-thức tầm-thường xem cũng hiểu. Vì vậy chúng tôi chỉ dùng những câu văn ngắn ngắn, rất dản-dị.

Những chữ khó thì dưới trang có cắt nghĩa rõ ràng cẩn-thận.

Còn như tên người và tên xứ, nếu chúng tôi phải tự đặt ra thì chúng tôi để tên tây bên cạnh.

VŨ-CÔNG-NGHI

---

(1) Tự-trị = người trong nước cai-trị lấy nhau.
(2) Văn-chương cẩm tú = văn chương hay.
(3) Tiên-kiến = biết trước.

Contre la nature ensuite, notre sœur la Nature, qui ne fait rien par elle-même et demande à être maîtrisée par l'homme. Là où le sol est fertile le climat chaud affaiblit l'homme, là où le climat frais rend l'homme actif la terre demande à l'homme un plus grand effort.

Enfin contre les peuples plus forts et plus énergiques, qui cherchent à nous éliminer ou à nous dépouiller.

Ceci étant, voyons quelle est notre situation en Indochine.

Un grand sage grec a dit : « Connais-toi toi-même ».

Qu'est-ce donc que ce pays d'Asie actuellement soumis à la France, quels sont ses habitants ? Formaient-ils avant l'arrivée des Français un pays uni, une nation puissante, capable de se développer par elle-même ?

Quelle était sa situation il y a un demi siècle ?

Quelle est d'autre part sa situation aujourd'hui ? et dans ce changement quel est le rôle de la France ?

Nous allons examiner quelques faits, et nos jeunes lecteurs pourront y réfléchir et se demander : que serait-il advenu de notre pays si les Français n'y étaient jamais venus ? Ne sommes-nous pas plus heureux que nos pères ? Qu'adviendrait-il de ce pays s'il était soudain laissé à lui-même ?

Il est facile de faire de beaux rêves et de les exprimer dans un beau style ; mais ce sont des rêves. Pour prévoir l'avenir il faut se baser sur des faits. C'est ce que nous allons essayer ; mais ce que nous pouvons dire dès à présent c'est que la nature ne fait pas de bonds et que ses progrès sont toujours lents.

Ta tự biết lấy ta.

Cõi Đông-Dương xét toàn thể thì là một xứ rộng mông-mênh, có nhiều nòi-giống khác nhau ở giải rác chỗ nhiều chỗ ít. Những nòi-giống này ngày nay cùng nhau sinh-nhai một cách rất hòa-bình ở dưới quyền bảo-hộ nước Pháp và nước Anh.

Hiện nay những nòi-giống đông hơn cả là : *An-nam*, *Thái*, *Diễn-Điện* "Birman", *Cao-Miên* và *Mã-Lai*. Những nòi-giống này không phải là thổ-dân ở xứ này trong vài nghìn năm về trước.

Những dân-sự ở trước nhất trong xứ là những *Mọi*, hình thù bé nhỏ, con cháu giống này hãi còn lại ít nhiều ở các đảo *An-Đa-Man* "Iles Andamans" (vịnh *Bang-Gan*) "golfe Bengale".

Người ta cũng tìm thấy một vài bọn trong nước *Mã-lai-Siêm* (Malaisie-Siamoise). Những nhà bác-sĩ (¹) đã tìm thấy những hài-cốt giống ấy trong nhiều hang ở Bắc-kỳ.

Dân *Mọi* này bị một giống khác màu da nâu nâu tàn-hại và khu-trục đi. Giống này có đã lâu đời lắm, ngày nay cũng không biết đích căn-nguyên, và hiện nay ở *Đông-Pháp* con cháu giống này cũng còn đến một triệu người. Người *An-nam*, người *Ca-me* (Khmer), người *Lào* gọi giống này là rợ-mọi (*Mọi*, *Kha*, vân vân). Người *Pháp* định đem hạng người này ra khỏi chốn rã-man nên gọi là *Anh-đô-nê-diên* (Indonésiens), nghĩa là người « *Ấn-độ ở đảo* ».

Những dân-sự ngày nay trong các đảo lớn ở các bể phía Nam và ở *Úc-châu* (Océanie) thật là anh em đồng-chủng (²) với người *Ấn-độ ở đảo* vậy. Người *Chàm* và người *Mường* là giống *An-nam* cũng thuộc về nòi-giống ấy.

Ngày xưa người ta tưởng rằng người « *Ấn-độ ở đảo* » ở các đảo di-cư (³) đến *Đông-Dương* ; ngày nay người ta lại tưởng trái hẳn, mà cho rằng những di-dân ở *Đông-Dương* đã đến sinh-nhai ở các đảo trong những bể phía Nam.

Ước chừng 2400 năm nay, những dân-tộc ở về phía Tây-Bắc tràn xuống rất nhiều. Trước nhất là những người *Mông-Ca-Me* (Mon-

---

(1) Bác-sĩ = người học rộng tài cao.
(2) Đồng-chủng = người cùng một giống.
(3) Di-cư = ở xứ này đến xứ khác ở.

Pnom-Penh : Le Palais Royal.   Pnom-Penh: Cung điện nhà Vua.

CHAPITRE PREMIER

Connaissons-nous nous-mêmes.

L'INDOCHINE considérée toute entière est un immense pays, inégalement peuplé par des races très différentes les unes des autres, qui vivent aujourd'hui dans une paix profonde sous la protection de la France et de l'Angleterre.

Les races qui prédominent actuellement : Annamites, Thais, Birmans, Cambodgiens et Malais ne sont pas celles qui peuplaient le pays il y a quelques milliers d'années.

Les premiers habitants furent des nègres de petite taille ; il en reste encore des descendants aux Iles Andaman (Golfe de Bengale); on en trouve aussi quelques tribus dans la Malaisie siamoise. Des savants ont trouvé des ossements d'hommes de cette race dans des grottes du Tonkin.

Ces premiers habitants ont été les uns exterminés, les autres repoussés par une race brune dont l'origine, très ancienne, est encore peu connue et qui compte encore, surtout en Indochine française, un million de descendants. Les Annamites, les Khmers et les Laotiens les désignent sous le nom de sauvages (Moï, Kha, etc.) ; les Français, qui ont conçu le dessein de les arracher à la barbarie, préfèrent le nom d'Indonésiens (Indiens des îles). Ce sont en effet les frères de race des habitants actuels des grandes îles des mers du Sud et de l'Océanie — A cette race appartiennent aussi les Chams et, fortement mélangés d'Annamites, les Muongs.

On pensait autrefois que les Indonésiens, venus des îles, avaient peuplé l'Indochine ; on croit aujourd'hui que ce sont au contraire des émigrés de l'Indochine qui ont peuplé les îles des mers du Sud.

Il y a environ 2400 ans commencèrent les grandes invasions des peuples qui descendaient du Nord-Ouest de l'Indochine. C'étaient en premier lieu les Mon-Khmer. Ils s'emparèrent des basses vallées des grands

Khmer). Những người này chiếm lấy những thung-lũng thấp ở các sông lớn như là sông : *Y-ra-u-át-đi* (Yrraouaddy), sông *Sa-lu-en* (Salouen) và sông *Cửu-long* (Mé-Kong). Họ khu-trục người "*Ấn-độ ở đảo*" đi, người thì di-cư đến những cù-lao ở phía Nam, người thì chốn tránh vào nơi rừng-rú, thế là giồng này lại quoay lại rã-man. Thế nhưng mà có một phần người là người *Chàm* ở men bờ bể vào giữa khoảng sông *Đồng-Nai* và ải *Trung-kỳ* (Porte d'Annam). Người *Chàm* nhờ được người *Ấn-độ* nên được văn-minh và lập thành ra một dân-tộc cường-thịnh và có mỹ-thuật (¹). Giồng người này đã làm được nhiều công-trình vĩ-đại và xây được nhiều tỉnh-thành đẹp-đẽ nguy-nga.

Về sau những dân-tộc ở về phía Bắc hai lần tràn xuống. Lần đầu là dân *Việt* (Yue). Dân-tộc này trước đây độ 25 thế-kỷ đã lập thành một nước, ngày nay là tỉnh *Chiết-Giang* (Tchékiang), ở về phía Nam cửa sông *Dương-tử-giang* (Yanh-tsé-Kiang). Ước chừng 2260 năm nay, nước này bị nước Chu (Tch'ou) ở bên láng-diềng tàn-phá, còn dân-sự bị đuổi về phía Nam. Vì các quận chúa trong nước bất-hòa với nhau, nên không lập thành một dân-tộc được, phải chia ra nhiều quận nho nhỏ. Có một bọn người tên là *Lộc-Việt* (Lo-Yue), sau gọi là Giao-chỉ, chính là tổ người *An-Nam* bây giờ tràn mãi đến *Bắc-Kỳ* và phía bắc *Trung-Kỳ* ngày nay.

Hai xứ này ngày trước chỉ có những dân-tộc hèn yếu ở, nên không thể chồng-cự được với người *Giao-chỉ*. Tràn đến phía Nam thì người *An-nam* gặp phải người *Chàm*, hai giồng trồng-cự nhau đến gần 16 thế-kỷ.

Cách độ một vài thế-kỷ, sau khi sự tràn-lần của người *Việt*, thì ở về phía Tây-Bắc sản-xuất ra một sự tràn-lần rất lớn. Người *Thái*, người *Diễn-Điện* (Birmans) ở những đồi cao về miền *Vân-nam* tràn xuống. Những người này đi lan mãi đến những nơi thung-lũng thấp, đi đến đâu đánh đuổi người *Ca-me* (Khmer) đến đây. Về sau người *Thái* lập thành nước *Xiêm* và những quận *Lào*. Hiện nay người *Thái* cũng còn có nhiều ở miền thượng-du *Bắc-kỳ*, ở tỉnh *Vân-Nam* và ở tỉnh *Quảng-Tây*. Người *Diễn-Điện* đã nhiều lần định đánh đuổi người *Thái* ra ngoài những cánh đồng trên bờ sông *Mê-Nam* nhưng không ăn thua gì cả.

Đã 555 năm nay người *An-Nam* đại-thắng hẳn người *Chàm*. Giồng người này bị suy-đồi (²), nên chỉ có trong khoảng gần hai thế-kỷ mà người *An-nam* đã tàn hại gần hết, chỉ còn có vài làng tiểu-tụy thôi.

(¹) Mỹ-thuật = nghề hay, nghề khéo như văn chương, chạm, vẽ, âm-nhạc v. v.
(²) Suy-đồi = suy kém đi.

fleuves, Irraouaddy, Salouen, Ménam et Mékong. Ils refoulèrent les Indonésiens, dont les uns émigrèrent vers les îles du Sud, les autres se réfugièrent dans les montagnes, où ils tombèrent dans une barbarie extrême. Une partie pourtant, les Chams, restés le long de la mer, entre le fleuve Donnaï et la Porte d'Annam, furent civilisés par des Hindous et devinrent un peuple puissant et artiste, qui fit de grands travaux et construisit de belles villes.

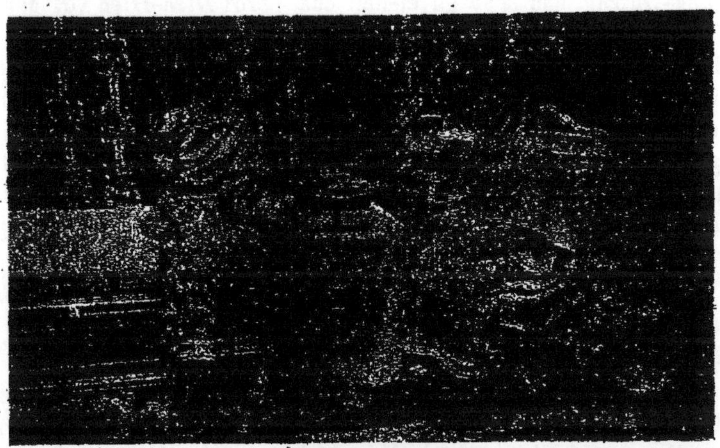

Princesses Laotiennes.
Công-chúa Lào.

Plus tard arriva du nord une double invasion. La première fut celle des Yué qui, il y a quelque 25 siècles, formaient un royaume là où se trouve aujourd'hui la province chinoise de Tchékiang, au sud de l'embouchure du Yang Tsé Kiang. Il y a environ 2260 ans ce royaume fut détruit par le royaume voisin de Tch'ou et ses habitants chassés vers le sud. La discorde empêcha leurs princes de les réunir en un seul peuple et ils fondèrent un grand nombre de petites principautés. L'un de ces groupements, celui des Lo-Yué, appelés plus tard les Giao-Chi, ancêtres des Annamites, descendit jusqu'au Tonkin et Nord-Annam d'aujourd'hui.

Ces pays étaient occupés par des peuples faibles, qui offrirent peu de résistance ; par contre au Sud les Annamites se heurtèrent aux Chams, pendant près de seize siècles.

Une autre grande invasion se produisit quelques siècles après celle des Yue, par le Nord-Ouest. Des hauts plateaux du Yunnan descendirent les Thais et les Birmans. Ils s'avancèrent vers les basses vallées en refoulant les Khmers. Les Thaïs ont formé plus tard le royaume de Siam et les principautés laotiennes; ils se trouvent aussi en grand nombre dans

Rồi sau người *An-Nam* lại tràn quá xuống phía Nam, ở đây gặp người *Ca-me*. Giống người này, trước kia cũng văn-minh lắm, về sau mất cả nghị-lực. Ở phía Bắc, thì người *Ca-me* bị người *Xiêm* xâm-chiếm, ở phía Nam thì bị người *An-nam* tràn-lần. Nếu không có người *Pháp* can-thiệp vào, thì người *Ca-me* cũng phải chịu cái số-phận như người *Chàm* vậy.

Trong sách này, chúng tôi không nói đến nhiều việc còn dư lại ở *Đông-Dương*, như là sự quyết-đấu của người *Diến-Điện* với người *Xiêm-la*, sự quyết-đấu của những dân-tộc ở *Diến-Điện* với nhau, và như việc rất mới là sự sinh-sản của dân-cư *Mã-lai* ở bán-đảo *Mã-lai-di* (Malaisie). Người *Tàu* thì vượt bể đến, họ vẫn giữ được cái giây liên-lạc với tổ-quốc họ. Đã bao nhiêu thế-kỷ nay, một số rất nhiều người *Tàu* sinh-cơ lập-nghiệp trên những hải-cảng về phía Nam, nhất là ở *Rang-guông* (Rangoun), ở *Bàn-cổ* (Bangkok), ở *Sanh-ga-bồ* (Singapour), ở *Chợ-Lớn*, ở *Nam-Vang* (Pnom-Penh), ở *Bê-nang* (Pénang), ở *Hà-nội*, ở *Sài-gòn*, ở *Hải-phòng*(1).

Cũng phải nên nói đến những sơn-nhân ở bên *Trung-quốc* tràn sang xứ này sau những cuộc tràn-lần to lớn kia, như là người *Mán* người *Mèo*, vân vân.

Những nòi-giống chính ở cái bán-đảo (2) này ngày nay có đến ước chừng 45 triệu người. Người *An-nam* nhiều hơn cả, có đến ước chừng 15 triệu, người *Thái*, nếu kể cả người ở nước Tầu, thì cũng gần nhiều bằng người *An-nam*. Ở cái bán đảo này có 12 triệu người *Thái*, mà một triệu thì ở *Đông-Pháp*. Người ta tính ước chừng có tám triệu người *Diến-Điện*, ba triệu người *Cao-Miên*, mà ở nước *Xiêm* có đến 300.000 người, một triệu người *Mã-lai* ở *Mã-lai-di*, một triệu người « *Ấn-độ ở đảo* », gần một triệu người *Tàu*.

Những nòi-giống khác như : *Mường, Mán, Mèo, Lo-lo, Chàm, Ca-rin* (Karines), vân vân, thì không được nhiều cho lắm.

Tất cả những nòi-giống ấy ăn ở với nhau rất là hòa-bình như chúng tôi đã nói. Vì có nước *Pháp* và nước *Anh* nên trong những nòi-giống này, giống khỏe không tàn hại hay là cướp bóc giống yếu nữa.

Những nòi-giống này nay không tàn-hại lẫn nhau, phải nên hòa lẫn giống nọ với giống kia, như là khi xưa ở bên *Pháp* cũng thế. Như vậy thì cái thế-lực sẽ về tay giống nào cần-mẫn hơn và tài khéo hơn.

Người phương *Tây* sang sinh-cơ lập-nghiệp ở *Nam-kỳ* đã được 400 năm nay. Những người đến trước nhất là người *Bồ-tuy-gan* (Portugais)

---

(1) Theo thứ tự quan trong.
(2) Bán đảo = khu đất có bể bao bọc ba mặt.

toute la région haute du Tonkin, au Yunnan et dans le Quang-Si. Les Birmans ont maintes fois essayé de les chasser des plaines de la Ménam.

Il y a un peu plus de 500 ans les Annamites triomphèrent définitivement des Chams, tombés en décadence et en moins de deux siècles réduisirent cette malheureuse nation à quelques villages misérables.

Puis ils descendirent plus au Sud et là ils trouvèrent les Khmers. Ceux-ci aussi, après avoir joui de la plus brillante civilisation, avaient perdu leur énergie. Attaqués au Nord et à l'Ouest par les Siamois et au Sud par les Annamites ils auraient été réduits au sort des Chams sans l'intervention des Français.

Nous ne parlerons pas ici du reste de l'Indochine, des luttes entre les Birmans et les Siamois, de celles des divers peuples de la Birmanie entre eux, du peuplement très récent de la péninsule malaise par les Malais.

Les Chinois, arrivés par mer et qui conservèrent toujours des liens avec leur patrie, sont depuis plusieurs siècles fixés en grand nombre dans les ports du Sud, principalement à Rangoun, Bangkok, Singapour, Cholon, Pnom-Penh, Pénang, Hanoï, Saïgon, Haïphong (1).

Il faudrait parler aussi de ces montagnards, venus de Chine beaucoup plus récemment que les autres envahisseurs : Mans, Meos, etc.

Les principales races de la péninsule forment aujourd'hui au total environ 45 millions d'habitants. Les Annamites sont les plus nombreux, environ 15 millions ; les Thaïs, presque aussi nombreux, si l'on compte ceux de Chine, ne sont guère que douze millions dans la péninsule, dont un million en Indochine française. On compte environ huit millions de Birmans, trois millions de Khmers, ou Cambodgiens, dont quelque 300.000 au Siam, un million de Malais en Malaisie, autant d'Indonésiens, un peu plus d'un million de Chinois.

— Les autres races : Muong, Man, Meo, Lolo, Chan, Karine, etc. sont individuellement beaucoup moins nombreuses.

Toutes ces races vivent en paix, avons-nous dit, contraintes par la France et l'Angleterre à cesser les guerres d'extermination ou de spoliation des faibles par les forts.

Au lieu de s'entre-détruire elles devront se mélanger, comme en France se sont mélangées tant de races diverses et la prépondérance appartiendra aux plus actifs et aux plus habiles.

Les Européens ont des établissements en Cochinchine depuis quelque quatre cents ans. Les premiers furent les Portugais à Malacca et les Hollandais au Tonkin et au Siam. Les Français vinrent plus tard, sur-

---

(1) Par ordre d'importance.

đến *Mã-lai-di*, và người *Hon-lăng* (Hollandais) đến *Bắc-kỳ* và *Xiêm-la*.

Đến sau người *Pháp*, nhất là về hồi vua *Lồ-Y thập-tứ trị-vì* (Louis XIV) mới đến *Diễn-Điện*, đến *Xiêm-la*. Ở hai nơi này người *Pháp* khi ấy đã có một cái thề-lực quan-trọng. Về sau nữa, người *Pháp* mới đến *Nam-kỳ* và *Bắc-kỳ*.

Một thề-kỷ về sau, cái thề-lực chinh-phục (1) của người *An-nam* cứ dần dần suy-yếu đi, là vì nhiều lẽ. Lẽ thứ nhất là cái khí-hậu nóng phía Nam làm cho nòi-giống yếu ớt, cái quyền cai-trị trong nước thì vào tay những nhà nho. Những ông nho-học này vì mê-man về cái học khoa-cử của *Tàu* quá nên hễ có cái gì dính-dáng đến ngoại-quốc, và có sự gì mới lạ là nhất-quyết phản-đối.

Một lẽ nữa là người *An-nam* đã trễ-nải không nghĩ đến sự chinh-phục quan-trọng hơn, là sự chinh-phục Tạo-vật. Người *An-nam* lúc ấy mà ra khỏi ruộng nương của mình ở nơi đồng-bằng thì tưởng như mình không phải là ở trong nước mình nữa rồi. Thề cho nên ở những nơi sơn-cước (2) những nòi-giống cổ sinh-nhai một cách độc-lập và rã-man.

Vua *Gia-Long* dựng được một nước cường-thịnh là nhờ được mấy người *Pháp* có tài hết sức giúp, chứ không phải là nhờ Chính-phủ *Pháp*, vì lúc ấy Chính-phủ *Pháp* lưỡng-lự không muốn dính dáng vào việc của những dân-tộc khác. Khồn thay, những nhà nho khi ấy có ý ghen ghét và về đời vua *Minh-Mạng* những người *Pháp* có tài ấy phải bỏ nước *Nam* mà về cả. Thề là nước *Nam* lại đứng vào cái vòng văn-minh cổ, lại cứ giữ những lễ-tục xưa và cái nho-học khoa-cử của *Tàu*. Lúc này thì những vua *Xiêm* hết sức làm cho thần-dân trong nước biết những tư-tưởng tối-tân và thu-thập lấy những cái hay của văn-minh *Âu-châu*.

Tuy thề nhưng người *An-nam* lúc ấy cũng vẫn theo đuổi sự chinh-phục xứ *Cao-Miên*. Dân-tộc này khi trước cũng đã có một nền văn-minh rực rỡ lắm và có nhiều đức-tính rất hay, rồi sau vì mất nghị-lực và theo cái luật dùng ít nỗ-lực, nên mầy bị suy-đồi. Nhưng mà lúc ấy người *Xiêm* cũng tìm cách xâm-chiêm nước *Cao-Miên*. Cái văn-minh hai nước này cũng giồng như nhau. Như vậy thì sự sung-đột của người *An-nam* với người *Xiêm* không tài nào tránh được.

Về thời ấy, nước *Xiêm* đã bắt đầu cải-tân việc cai-trị, việc lục-binh và thủy-binh trong nước rồi, còn nước *Nam* thì theo những vua nối ngôi vua *Gia-Long* lại quoay lại bước suy-đồi. Nếu nước *Pháp* không

---

(1) Chinh-phục = dùng binh lực mà chiếm.
(2) Nơi sơn-cước = nơi có nhiều núi non, rừng rú.

tout sous le règne de Louis XIV, en Birmanie, au Siam, où ils jouèrent un rôle important, en Cochinchine et au Tonkin.

Un siècle plus tard la puissance conquérante des Annamites commençait à s'affaiblir pour diverses raisons; le climat chaud du sud affaiblissait la race, le gouvernement était aux mains de lettrés tellement épris de leur culture chinoise qu'ils s'opposaient à tout contact avec l'étranger et à toute nouveauté. Enfin, ils avaient négligé la conquête la plus importante, celle de la nature. Dès qu'ils sortaient de leurs rizières ils n'étaient plus chez eux et, dans les montagnes, les races anciennes restaient indépendantes et farouches.

Avec l'aide désintéressée non du Gouvernement français, qui hésitait à se mêler des affaires des autres peuples, mais de quelques Français de talent, Gia-Long constitua un royaume puissant ; malheureusement les lettrés s'en montraient déjà jaloux et, sous Minh-Mang, ces précieux instructeurs durent se retirer. Ainsi l'Annam se renfermait dans sa vieille civilisation, ses rites, sa culture chinoise, au temps où les rois de Siam faisaient tout pour ouvrir leur pays aux idées modernes, et prendre à la civilisation d'Europe tout ce qu'elle a de bon.

Cependant les Annamites continuaient leur marche à la conquête du Cambodge. Ce peuple, qui avait eu une si belle civilisation et qui a gardé de si belles qualités morales, avait perdu l'énergie, et suivi la loi du moindre effort. Mais les Siamois aussi cherchaient à s'emparer du Cambodge, dont la civilisation ressemble à la leur. Il était donc inévitable que les Annamites se heurtassent à eux.

A cette époque le Siam commençait à moderniser son administration, son armée et sa marine alors que l'Annam tombait, avec les successeurs

Art Annamite. Palais Royal de Hué. Dans la Cour des Urnes dynastiques.
Mỹ-nghệ An-nam. Cung-điện nhà vua ở Huế. Trong sân Thái-miếu.

can-thiệp (¹) vào thì sự quyết-đấu ấy còn lâu giải và ghê gớm. Cái kết-quả của sự quyết-đấu ấy cũng còn mập-mờ không biết ra sao.

Nước *Cao-Miên* vì muốn đế-phòng (²) người *An-nam* xâm-chiếm nên đã nhờ người *Xiêm* bảo-hộ, rồi lại nhờ đến nước *Pháp* bảo-hộ. Nước *Pháp* làm cho trong nước *Cao-Miên* được thái-bình.

Nước *Pháp* mà phải chiếm lấy *Nam-kỳ* (1862–1867) là vì sự hiềm-nghi của những vua nối ngôi vua *Gia-Long*. Nước *Pháp* sau làm cho vững vàng cái tình-thế đã chiếm được là nhờ có những người *An-nam* ở những tỉnh phía Nam nước *Cao-Miên*. Người *Cao-Miên* được nước *Pháp* bảo-hộ thì được thỏa-mãn, vì nhờ được sáu mươi năm thái-bình, nước *Cao-Miên* lại được thịnh-vượng và lại có cái thị-hiếu (³) mỹ-thuật. Nước *Cao-Miên* mà được vẻ vang là nhờ được nền mỹ-thuật của mình vậy. Nước *Pháp* lại bảo nước *Xiêm* hoàn lại cho *Cao-Miên* những tỉnh về phía Bắc đến tỉnh *Tông-lê-rê-bu* (Tonlé-Répou) và hai tỉnh *Bát-tam-bang* (Battambang) và *Xiêm-lê-áp* (Siem-Réap). Còn như người *An-nam* thì được vững-tâm cấy cầy những cánh đồng phì-nhiêu mênh-mông ở về phía Nam và sinh sản ra rất là đông-đúc, và rất là nhanh chóng.

Về hồi đó nước *Pháp* mong giao-hiếu được lâu-giải với nước *Nam* và mong được hưởng những quyền-lợi mà các nước văn-minh chao-đổi cho nhau. Vì thế nên độ sáu mươi năm nay, là năm 1875, nước *Pháp* cống nước *Nam* những tàu chiến, trong tàu có nhiều quan võ Pháp nữa. Lúc ấy thật là một dịp rất may để lập thành một đội thủy-quân *An-nam*, vì những viên quan võ Pháp rất sẵn lòng muốn giậy cho người bản-xứ. Nhưng mà triều-đình *Huế* cư-xử một cách đến nỗi những viên quan võ ấy phải bỏ đi. Thế là thủy-binh *An-nam* không có người dạy-bảo bị hư hỏng cả.

Triều-đình *Huế* lúc ấy lại còn yêu-hèn đến nỗi phải cầu-cứu nước *Tàu* để giữ lấy trật-tự ở *Bắc-kỳ*. Nước *Tàu* rất lấy làm vui mừng là thoát được cái nạn giặc *Cờ-đen* (Pavillons Noirs). Bọn giặc này là tàn quân của đảng phản-nghịch *Thái-bình* «Taipings». Về hồi năm 1860 đến năm 1870, bọn phản-nghịch này đã tàn-phá nước *Tàu* và đã làm cho người *Tàu* suýt nữa mất nước.

Những quân giặc *Tàu* đến giữ trật-tự cho xứ *Bắc-kỳ* thì rất là nguy-hiểm. Thật là cái bước đầu một thời-kỳ cướp bóc và tàn-hại, những người già-cả ở xứ này còn nhớ những việc gớm-ghê ấy.

---

(1) Can-thiệp = dự vào việc gì.
(2) Đế-phòng = phòng bị.
(3) Thị-hiếu = lòng sở-thích.

de Gia-Long, dans une véritable décadence. Sans l'intervention de la France la lutte eût été longue et terrible, et le résultat incertain. Le Cambodge, qui, pour se défendre des Annamites, était disposé à se mettre sous la protection des Siamois, passa sous le protectorat de la France, qui prit en mains l'intérêt de la paix.

Elle avait été amenée par l'hostilité des successeurs de Gia-Long à s'emparer de la Cochinchine (1861-1867). Elle confirma la situation acquise par les Annamites dans les provinces cambodgiennes du Sud. Les Cambodgiens y trouvèrent une compensation, car grâce à soixante ans de paix le pays a retrouvé la prospérité et le goût des arts, qui avait fait sa gloire ; bien mieux la France a obtenu du Siam la restitution au Cambodge des provinces du Nord jusqu'au Toalé Repou et des deux provinces de Battambang et de Siem Réap. De leur côté les Annamites purent en toute sécurité mettre en culture des terres fertiles dans les immenses plaines du Sud et y croître rapidement en nombre.

Longtemps la France espéra vivre en paix avec l'Annam et y obtenir les droits que s'accordent entre eux tous les pays civilisés. Il y a 50 ans encore, en 1875, elle lui offrit des vaisseaux de guerre avec des officiers français. C'était une bonne occasion de former une marine annamite, car ces officiers étaient pleins de bonne volonté. Mais le Gouvernement de Hué agit de telle façon que les officiers français durent partir et la décadence de la marine annamite fut complète.

Mans des montagnes du Tonkin.   Người Mán ở Thượng-du Bắc-kỳ.

Tuy đổi với sự mờ-mịt của nhiều người trong xứ này vẫn coi tình-thế xã-hội là bất-dịch (1), vứt bỏ hết những tư-tưởng, những phương-pháp và những sự sáng-tạo của Tây-phương, lại dương dương tự-đắc đến nỗi con cháu cũng không hiểu ra sao, nước Pháp đã nhiều lần lưỡng-lự, đến sau mới định cai-quản cả toàn xứ.

Lúc ấy nước *Pháp* chinh-phục rất là mau chóng tất cả địa-hạt và tất cả các nòi-giống, và bắt nước *Xiêm* phải bỏ những địa-hạt ở phía Đông sông *Cửu-long* và xứ *Lào*. Thế là nhờ có nước *Pháp* cho nên hai nòi-giống *Thái* và *An-nam* đáng lẽ cùng nhau chinh-chiến lai-nhai mãi thì nay điều được hưởng cuộc thái-bình.

Nước Pháp đã phí-tổn nhiều người và của để trừ giặc *Khách*. Nhờ có những thổ-nhân ở miền sơn-cước *Bắc-kỳ*, nước *Pháp* mới đuổi hết tàn-quân giặc *Khách* và mới ngăn được chúng không giám trở lại địa-hạt *Bắc-kỳ* nữa. Ngày nay nước *Tàu* lại đang nội loạn, nhưng nước *Pháp* có nhiều cách rất diệu để giữ gìn trật-tự ở biên-thùy.

Người *Tàu* sợ hãi nước *Pháp*, người *Xiêm* là đồng-minh chung-thành của nước *Pháp*. Nước *Pháp* lại còn giữ trật-tự cho các dân-tộc ở cái phần đất trong cõi *Đông-dương* này đã tùng-phục mình, phần đất ấy là *Đông-pháp* vậy.

Nay ta chỉ xét cái phần đất ấy thôi.

Người *An-nam* là một dân-tộc nhiều hơn cả và cần-mẫn hơn cả.

Người *An-nam* có đến ba phần tư cái số 20.000.000 nhân-dân trong xứ này. Như lời chúng tôi đã nói thì người *An-nam* khi trước đã trục-xuất những dân-tộc rất là văn-minh nhưng sau hèn yếu, như người *Chàm* và người *Ca-Me*. Người *An-nam* chỉ chiếm lấy những thung-lũng thấp và những đồng-bằng ở trung-châu thôi. Vì vậy nên người *An-nam* chỉ ở một phần rất ít trong địa-hạt. Một phần to thì người *Cao-Miên*, người *Thái*, người *Thổ*, người *Mường*, người *Mèo* và những người rợ-mọi ở. Những người này ước chừng có đến ngót triệu. Độ ít lâu nay đã có ít nhiều người lái-buôn *An-nam* dám mạo-hiểm lên buôn bán ở những nơi sơn-cước. Người *An-nam* ở về phía Nam rất sợ hãi những quân rợ-mọi, và ước chừng ba mươi năm nay, quân rợ này thường bắt trộm người *An-nam* đem sang *Xiêm* bán làm nô-lệ.

Những rừng rộng mênh-mông, những đồi um-tùm cây cối, những nơi này cũng như nhiều xứ không trồng giọt cây cây gì cả. Như *Âu-châu* khi xưa cũng có nhiều miền rất độc, thường sinh ra chứng sốt rét rừng. Ngày sau nhờ về sự trồng-giọt nên khí-hậu những miền này không độc như xưa.

---

(1) Bất-dịch = không thay-đổi.

Telle était la faiblesse de l'Administration de Hué que pour maintenir l'ordre au Tonkin elle fit appel à la Chine. Celle-ci fut heureuse de se débarrasser de ses hordes de Pavillons noirs, restant des bandes de révoltés Taipings, qui, entre 1850 et 1862, avaient ruiné la Chine et l'avaient mise à deux doigts de sa perte.

Des pirates chinois pour maintenir l'ordre au Tonkin c'était un grand danger ; ce fut le début d'une période de pillages et de crimes dont les vieillards se souviennent encore avec horreur

En présence de l'incompréhension de ceux qui considéraient l'état social comme immuable, rejetaient toutes les idées, les méthodes et les inventions d'Occident, et s'enfermaient dans un orgueil que leurs descendants ont peine à comprendre, la France fut amenée, bien malgré elle et après beaucoup d'hésitations, à prendre elle-même la direction du pays tout entier.

Dès lors elle réalisa rapidement la conquête de tout le territoire et de toutes les races et obtint du Siam qu'il lui abandonnât tous les territoires à l'Est du Mékong, et le royaume de Luang Prabang. Ainsi, grâce à la France, c'est entre les deux races Thaï et Annamite, au lieu d'une interminable série de guerres, la paix féconde qui règne aujourd'hui. La France sacrifia beaucoup d'hommes et d'argent pour détruire la piraterie chinoise ; avec l'aide des montagnards du Tonkin elle réussit à chasser les dernières bandes et à les empêcher de revenir. Aujourd'hui la Chine est à nouveau troublée mais la France a de puissants moyens de maintenir l'ordre sur les frontières.

Les Chinois la craignent ; les Siamois sont devenus ses fidèles alliés. Elle maintient aussi l'ordre entre les peuples de cette partie de l'Indochine qui lui est soumise : l'Union Indochinoise.

Considérons maintenant cette partie seule.

Les Annamites en sont le peuple le plus nombreux et le plus actif. Ils forment les 3/4 des 20.000.000 d'habitants du pays ; mais, comme nous l'avons dit, s'ils ont repoussé des peuples très civilisés mais affaiblis, comme les Chams et les Khmers, ils n'ont conquis que les basses vallées et les plaines des deltas, de sorte qu'ils n'occupent qu'une faible partie du territoire ; la plus grande partie est occupée par les Cambodgiens, Thaïs et Thos, les Muongs, Mans et Meos et par les Sauvages ou soi-disant tels, qui sont au nombre de près d'un million. Jusqu'à ces derniers temps de rares marchands annamites osaient s'aventurer dans les montagnes. Les sauvages étaient un objet de frayeur pour les populations du Sud et il y a encore une trentaine d'années ils leur volaient des hommes pour les vendre comme esclaves au Siam.

Les immenses forêts, les collines couvertes de brousse, sont malsaines comme tous les pays qui ne sont pas cultivés. L'Europe d'autrefois avait

Một dân-tộc mà không phải là chủ-nhân-ông những rừng-rú, những núi-non, thì không phải là chủ-nhân-ông trong xứ. Dân-tộc này đối với những dân-tộc ngoại-dương có tài hàng-hải (1) và những dân-tộc ở miền sơn-cước, tình thế xứ họ khó vào được, thì thật là nguy-hiểm, vì những dân-tộc này thấy sự phong-phú ở nơi đồng-bằng thường hay kéo đến.

Vậy mà người *An-nam* đối với việc hàng-hải cũng trễ-nải như việc ở miền sơn-cước. Như vậy thì cái tình-thế người *An-nam* rất là nguy-hiểm. Cho được tránh cái tình-thế nguy-hiểm ấy thì trong nước phải tổ-chức theo lối tối-tân. Cách tổ-chức tối-tân này khi đó Triều-đình Huế phản-đối. Tình-thế ngày nay lại khác hẳn. Có người *Pháp* can-thiệp vào thì những sự nguy-hiểm ở bên ngoài, và ở bên trong đều bớt đi nhiều, những dân-tộc ở dưới quyền pháp-luật nước *Pháp* không tranh-dành giết chóc lẫn nhau nữa, nên đã cùng nhau đồng-lao cộng-tác để hưởng sự phú-cường. Việc thông-thương được tiện lợi, và những rừng-rú cùng đồng lầy, vì có trồng-giọt nên khí-hậu không độc như xưa. Những công việc này sẽ làm cho mau chóng cái chính-sách hợp-nhất (2) trong xứ. Cái chính-sách hợp-nhất này thành thì rất ích-lợi cho nòi-giống nào cần-mẫn nhất, nhưng cũng không hại cho nòi giống nào hèn-yếu, vì rằng ở *Đông-dương* này nòi giống nào cũng có một vài cái đức-tính (3) Vậy thì nòi-giống nào cũng có cái địa-vị riêng.

Ta hãy nên nhớ cái gương nước *Pháp*. Nước *Pháp* ngày nay mà thành lập là khi xưa có nhiều giống hòa lẫn với nhau như giống ưu-thắng *Gô-loa* (race gauloise), vì sự kết-hôn giống nọ với giống kia, sau sát-nhập vào nhiều giống khác, như giống chinh-phục *La-mã*, như giống xâm-chiếm *Buya-gông* (Burgonds) và *No-măng* (Normands), như giống hùng-võ *Pha-lăng* (Francs), như giống di-dân *Ốc-tô-gốt* (Ostrogoths), vân vân.

Muốn cho sự trị-an của *Đông-Dương* được vững-bền và cái tương-lai *Đông-Dương* được tốt đẹp thì nòi giống nào nhiều hơn, khỏe hơn không nên tàn-hại những nòi giống khác. Nòi giống nhiều và khỏe ấy nên hòa lẫn và sát-nhập với những nòi-giống kia, lại nên nhờ những nòi giống yếu giúp sức thêm vào để làm cho xong cuộc quyết-đấu cốt-chính là cuộc quyết-đấu với Tạo-vật vậy.

---

(1) Tài hàng-hải = tài đi bể.
(2) Chính-sách hợp-nhất = cách cai-trị hợp làm một.
(3) Đức-tính = tính hay.

elle aussi des régions fièvreuses. La culture les a assainies. Or un peuple qui n'est pas maître des forêts, des hautes vallées et des montagnes, n'est pas maître du pays ; il est en grand danger de la part des peuples d'outre-mer, bons marins, et des peuples des montagnes, presqu'inattaquables chez eux, qui sont tentés par les richesses de la plaine.

Or les Annamites ont négligé la mer comme ils ont négligé les montagnes ; leur situation était donc dangereuse et le salut ne pouvait venir que de cette organisation moderne à laquelle Hué s'opposait. La situation est différente aujourd'hui. L'intervention française, en supprimant les dangers extérieurs et intérieurs, a permis aux peuples groupés sous sa loi de se développer sans luttes intestines et de travailler au bien commun. La facilité des communications et l'assainissement général du pays par la mise en culture des montagnes et des marécages accélérera l'unification politique, au profit de la race la plus active, mais sans que ce soit au détriment des races moins fortes, car il n'est pas une race en Indochine qui n'ait quelque bonne qualité à apporter, et il y a place pour toutes.

Rappelons l'exemple de la France. Elle s'est formée par la fusion des races : la race dominante, la race celtique ou gauloise, s'est incorporé par intermariages les autres races : races conquérantes comme les Romains, races envahissantes comme les Burgondes et les Normands, race de soldats comme les Francs, races d'immigrés comme les Ostrogoths, etc. Pour la sécurité et l'avenir de l'Indochine, il ne faut pas que la race la plus nombreuse et la plus forte détruise ou réduise les autres, mais qu'elle fusionne avec elles et se les incorpore, et, avec leur concours, achève la conquête essentielle, celle de la nature.

S. M. l'Impératrice douairière d'Annam.
Bà Hoàng thái-hậu nước Nam.

CHƯƠNG THỨ II

Hai hạng người đi tiêm-địa

Ngày nay có nhiều người coi những người đi tiêm-địa như những ác-nhân ([1]) của loài người ta.

Cũng có lắm thứ chinh-phục và lắm hạng người đi tiêm-địa.

Có thứ chinh-phục tạo-vật bằng khoa-học, có thứ chinh-phục lòng người bằng ơn-huệ, có thứ chinh-phục những dân-tộc hèn-yếu bởi những người có nghị-lực và khôn-ngoan, và có thứ chinh-phục bởi sự ỷ cường-quyền ([2]).

Có thứ chinh-phục sáng-tạo ([3]) và có thứ chinh-phục tàn-bạo. Sự chinh-phục của *A-lệ-San* (Alexandre) đại-đế, hay là của Sê-da (César) thống-soái thì là sự chinh-phục ban ơn. Cách bao nhiêu thế-kỷ về sau những dân-tộc bị chinh-phục còn giữ được cái kỷ-niệm chật-tự, hòa-bình và thịnh-vượng. Những sự chinh-phục của *Thiết-mộc-Nhi* (Tamerlan), của *Thành-Cát-tư-Hãn* (Gengis Khan) hay là của *Át-ti-la* (Attila) đã để lại một cái kỷ-niệm gớm-ghê trong biết bao thế-kỷ.

Có nhiều thứ chinh-phục đến ba lần từ-thiện, là vì những thứ chinh-phục này đã mang lại cho dân-tộc bị chinh-phục sự hòa-bình và chật-tự, là vì những thứ chinh-phục này đã ngăn những thứ chinh-phục bất-thiện của những dân-tộc hung-ác và tàn-hại, là vì những thứ chinh-phục này đã kính-trọng cái quốc-hồn, cái ngôn-ngữ, cái nghệ-thuật, cái tổ-truyền của dân-tộc bị chinh-phục.

Cõi *Đông-dương* này đã bày cho ta biết nhiều thứ chinh-phục tàn-phá. Đã 400 năm nay, cái dân-tộc lớn như dân-tộc *Chàm* còn lại những gì ? Còn lại những sự tàn-ác và trước khi người *Pháp* đến đây không ai chú-ý đến cả, còn lại một nòi giống tiều-tụy và không có can-đảm, nhân-dân sinh-tụ trong một vài làng.

([1]) Ác-nhân = người làm việc gì tàn ác.

([2]) Cường-quyền = sức mạnh.

([3]) Sáng-tạo = lập ra, dựng ra những việc mới.

Avant-hier et aujourd'hui. Une ruine Chame au bord de la route mandarine, près de Binh-Dinh.

Ngày trước và ngày nay. Một cái cựu-chỉ Chàm ở vệ đường quan-lộ, gần tỉnh Binh-Định.

CHAPITRE II

Les deux sortes de conquérants.

Certaines personnes de nos jours considèrent les conquérants comme des malfaiteurs de la race humaine.

Il y a bien des sortes de conquêtes et de conquérants.

Il y a la conquête de la nature par la science ; il y a la conquête des cœurs par les bienfaits ; il y a la conquête des peuples amollis ou affaiblis, par les hommes énergiques et sages ; et il y a la conquête qui n'est qu'un simple abus de la force.

Il y a des conquêtes créatrices et des conquêtes dévastatrices. Les conquêtes d'un Alexandre ou d'un César sont bénies, après bien des siècles, par les peuples qui ont gardé le souvenir de l'ordre, de la paix, de la prospérité qui en ont été la conséquence. Les conquêtes d'un Tamerlan, d'un Gengis Khan ou d'un Attila ont laissé pendant de nombreux siècles un souvenir d'horreur.

Certaines conquêtes sont trois fois bienfaisantes parce qu'elles ont apporté la paix et l'ordre, parce qu'elles ont empêché les conquêtes malfaisantes de peuples brutaux et destructeurs, parce qu'elles ont respecté l'âme du peuple conquis, sa langue, ses arts, ses traditions.

L'Indochine nous fournit maints exemples de conquêtes dévastatrices. Que reste-t-il du grand peuple Cham, d'il y a cinq cents ans ? Des ruines dont personne ne se souciait avant l'arrivée des Français, une

Độ một trăm năm nay, về năm 1827, người *Xiêm* tàn-hại xứ *Lào*, phá kinh-thành, bắt nhân-dân khỏe mạnh đem đi đầy. Về năm 1893, người *Xiêm* tàn-phá tỉnh *Trần-Ninh* cũng độc-ác như vậy. Vào giữa hai lần tàn-phá này thì xứ *Lào* lại bị người *Hồ* (Les Hos) là nòi giống *Tàu* tàn-hại.

Vì sự xâm-chiếm còn đang liên-tiếp, nếu người *Pháp* không ngăn-ngừa thì có lẽ người *Mi-ao* (Miaos) cũng lại noi theo cái cổ-lệ (¹).

Người ta có thể xem như cái cách đối đãi của người bênh-vực giả người *Cao-Mên* là người *Xiêm*, mà xét cái số-phận người *Cao-Mên* khi bị người *An-Nam* chinh-phục. Về việc này, thì ông *A. Bouinais* và ông *A. Paulus* đã nói trong quyển sách của hai ông soạn là quyển : « *Nước Pháp ở Đông-dương* » (La France en Indochine. Paris 1890) như sau này :

« Những cuộc xâm-chiếm của người *Xiêm* làm cho nhân-dân xứ *Cao-Mên* tán lạc đi nhiều.

« Ông *Lagrée* nói : ở hai bên bờ Hồ dân-sự hình như biến đi mất cả. Tỉnh *Com-bổng-Soai* (Kompong-Soai) không bị hủy-hoại lắm là vì ở xa nơi chiến-trường (²).

Miền *Buya-Sa* (Pursat) là con đường mà sự xâm-chiếm thường xẩy ra, nên nhân-dân trong miền hầu như gần hết. Cái tỉnh khốn-nạn này tuy to rộng thế mà chỉ còn có vài nghìn người thôi. Người *Xiêm* lấy sức-mạnh hay là lấy mưu-kế, nên những dân-tộc miền này mới bị mang đến tỉnh *Bat-tam-Bang* (Battambang), và xa nữa, là trên con đường về mạn kinh-thành *Bàn-cổ* (Bangkok) ».

Ta hãy chưng-danh quyển « *Sử-ký Thanh-hoa* » (Le Parfum des Humanités) là quyển sách hay của ông *Vayrac* soạn mà ông *Nguyễn-Văn-Vĩnh* dịch nôm. Quyển sách này đã được nhiều người *An-nam* hoan-nghênh.

Sự nghiệp vua A-lệ-san.

« Trong lịch-sử, *A-lệ-San* đại-đế thực đứng vào cái địa-vị một bực đi tiêm-địa để mà truyền-bá văn-minh. Trước đại-đế ở *Ai-Cập*, ở *Ni-ni* (Ninive), ở *Ba-Bi-Lon* (Babylone), các dân-tộc đã trải qua những thời-đại tàn-sát gớm-ghê, tuyệt-diệt cả nòi, cả nước người ta. Về sau lại một thời-đại có những bực đại-tướng bên châu Á, đi cướp nước thiên-hạ như bọn *Át-ti-La*, bọn *Mi-hi-ra-cu-la* (Mihirakula), bọn *Thành-cát-tư-hãn*, bọn *Hạt-lỗ* (Houlagou), bọn *Thiết-mộc-nhi*, đem quân đi đánh phá các nơi, đến đâu như thiên-tai giáng-họa nhân-dân,

---

(1) Cổ lệ = cái lệ đời trước di truyền lại.

(2) Chiến-trường = nơi quân lính đánh nhau.

race misérable et découragée, réduite à quelques villages.

Il y a cent ans à peine, en 1827, les Siamois détruisaient le Royaume de Vientiane, en saccageaient la capitale, emmenaient toute la population valide en exil. Ils agissaient de même en 1893 au Tranninh. Entre temps le Laos fut saccagé par les Hos, tribu chinoise.

Les Miaos, dont l'invasion continue, reprendraient volontiers la même tradition si la France ne les en empêchait.

En ce qui concerne les Cambodgiens on peut juger du sort que leur réservaient leurs ennemis et conquérants annamites d'après celui qu'ils reçurent de leurs prétendus défenseurs, les Siamois. Voici ce que disent à ce sujet Messieurs A. Bouinais et A. Paulus dans leur ouvrage : *La France en Indochine* (Paris 1890).

« Les nombreuses invasions des Siamois ont contribué à dépeupler le « Cambodge. Des deux côtés du Lac, les populations ont presque « disparu.

« Mais la contrée de Pursat, route habituelle de l'invasion, a été « complètement épuisée, et « cette malheureuse provin- « ce, quoique fort étendue, « renferme à peine quelques « milliers d'âmes. Par la « violence ou la ruse les « peuples ont été transportés « à Battambang, et plus loin, « sur la route de Bangkok ».

Citons aussi le beau livre de M. Vayrac, *le Parfum des Humanités*, traduit par M. Nguyên-van-Vinh, qui a eu un si grand succès parmi les Annamites.

L'œuvre d'Alexandre.

« Alexandre le Grand de- « meure le type du conqué- « rant civilisateur. Avant lui, « en Egypte, à Ninive, à Ba- « bylone, les peuples avaient « connu l'épouvante des « exterminations en masse. « Plus tard, on vit des con-

Art Laotien : Statue de pierre à la pagode Phra Ing Khang à Savannakhet.

Mỹ-nghệ Lào. Pho tượng đá ở chùa Pra-Ing-Khang, ở tỉnh Savannakhet.

bước chân vào nơi tàn-phá, đốt giết nơi ấy, chết thành núi thây chảy thành sông máu (¹).

Đến như đại-đế thì đánh giẹp đến đâu kiến-thiết ở đó, gây dựng ở đó, chỉnh đốn ở đó. Ông *Mông-tét-ki-ơ* (Montesquieu) nói rằng : đại-đế đã khai-sáng ra không biết cơ man nào là thành thị mà ngài mở mang thành nào cũng là khéo cắm được những chỗ địa-hình đẹp, địa-thế lợi, phong cảnh giai-thắng. Tính cả ít ra là bảy-mươi thành, một tay ngài dựng. Phần nhiều những thành ấy, khi ngài băng rồi cũng vẫn còn lại, nhiều thành lại phồn-thịnh thêm lên vô-kể.

Nức danh hơn cả là thành *A-lệ-san-ri* « Alexandrie » nước *Ai-Cập*, Ngài đã chọn lấy khu đất, trong thì hồ *Ma-rê-ô-ti* (Maréotis), ngoài thì *Địa-trung-hải*, vẽ ra địa đồ trước, đường xá vuông vắn, thành ấy về sau được cái hân-hạnh giữ lăng của ngài ! »

Các bạn thiếu-niên nên so-sánh những người tiêm-địa hay tổ-chức như người *Hy-Lạp* và người *La-mã* với những kẻ đi tiêm-địa ấy, họ đã làm cho nhiều xứ bị tàn-phá trong biết bao thế-kỷ. Những dân-tộc khi xưa bị người *La-mã* chinh-phục thì 1500 năm sau cuộc tận-cùng đế-quốc *La-mã*, những dân-tộc ấy đều được nổi danh cả.

Cái chủ-nghĩa đi lấy thuộc-địa của *Âu-châu* ngày nay cũng noi theo cái tôn-chỉ ấy. Nhất là nước *Pháp*, một đôi khi dù nước *Pháp* không

---

(1) Trong khoảng từ năm 530 đến năm 540, vua Mihirakula nước *Bạch-Hung-Nô* (Hephthalites) đem quân đi phá giết khắp vùng *Thượng-Á Tế-Á* và miền tây-bắc *Ấn-Độ*. Bên nước Gandhara thì giết hết chia ba hai phần dân, còn một phần nữa thì bắt làm nô-lệ, bao nhiêu nhà-tu, và đền-đài lăng-miếu của người ta hủy-hoại đi hết, tính cả thảy đến một nghìn sáu trăm nơi. Cho nên trong Sử-ký truyền-tụng của người *Ấn-Độ*, gọi tục danh ông vua *Hung-Nô* ấy là Trikotihan, nghĩa là « kẻ giết ba triệu người ».

Gengis-Khan thì đi tiêm được đất nào lấy tàn-sát làm chủ-nghĩa, giết hại hàng mấy triệu người, giết sạch người ở vùng *Thượng-Á Tế-Á*, khắp cả những miền nào mà cái văn-hóa Gréco-Bactrienne đã thịnh-đạt, rồi lại giết đến dân Yuetehi (*Nhục-chi*) ; rồi giết sang đến *Ba-tư*, và về đời vua Avicenne và Firdousi ; sau hết lại phá-hoại đất Bactriane tối phồn-thịnh, mà ông Justin gọi là « đất có nghìn thành-thị ». Những xứ ấy đương thịnh-vượng mà Gengis-Khan ra tay làm thành ra một cái bãi xa-mạc lớn, các thành-thị cũ phần nhiều là do vua Alexandre mở mang ra thuở trước, thì thành ra những chỗ mồ xương núi thịt.

Quân *Mông-cổ* thì đi đến đâu bắt kể ức triệu con người, dồn đi tiền-quân lấy gươm-giáo thúc vào lưng mà ức-bách phải đi đánh người đồng-chủng với mình. Còn quân *Mông-cổ* thì đi sau, chờ cho lúc nào quân thù đã đánh nhau mệt-nhọc rồi mới xông lên mà chém giết, và hạ lấy thành-trì của người ta. Dân các thành-thị dẫu hàng ngay không trống-cự mà nó cũng giết sạch, để khỏi phải đem quân đóng giữ, hoặc khỏi phải nuôi tù tốn lương. Nó bắt người ta tự phải chối nhau lại người nọ buộc với người kia, rồi nó chia ra từng dây, từng mớ, mà giao cho các cơ, các đội giết đi.

« quérants asiatiques, les Attila, les Mibirakula, les Gengis-Khan, les
« Houlagou, les Tamerlan, parcourir le monde comme des fléaux dévas-
« tateurs, semant sur leurs pas la ruine et la destruction, mettant leur
« vanité à amonceler des pyramides de têtes coupées. Au contraire,
« partout où il passait, Alexandre créait, édifiait, organisait. Il fonda
« une infinité de villes, a dit Montesquieu, et toujours en des sites
« merveilleusement choisis. On en compte au moins soixante-dix. La
« plupart lui survécurent ; beaucoup prirent un développement prodigieux.

« La plus célèbre est cette Alexandrie dont il fit tracer le plan régulier,
« entre le lac Maréotis et la Méditerranée, et qui devait plus tard garder
« son tombeau ».

A ces conquérants, qui laissaient derrière eux des pays dévastés pour
des siècles, comparez les conquérants organisateurs, les Grecs et les
Romains. Les peuples qui ont jadis été soumis par Rome en tirent honneur
1500 ans après la fin de cet empire.

Le colonialisme européen moderne s'inspire de ces principes. La France
en particulier, partout où les événements l'ont amenée à intervenir,

Palais Royal de Pnom-Penh — Salle du Trône.
Cung-die ... à Vua & Nam-vang — Triêu-đình.

muốn cũng vậy. như là ở *Đông-dương* này thì nước *Pháp* làm cho trong xứ được hòa-bình, có chật-tự, có khuôn-phép hay, có một nền cai-trị khôn-khéo. Nước *Pháp* lại tìm cách để cho cuộc sinh-hoạt của nhân-dân càng thêm thịnh-vượng và làm cho cái quốc-hồn của các dân-tộc được tinh-tao. Cno được thế thì nước *Pháp* làm cho các dân-tộc nhớ lấy sử-ký của nước mình, biết cái tình-thế của nước mình, và nước *Pháp* làm cho cái nghệ-thuật cùng nền văn-chương của các dân-tộc ấy càng ngày càng khéo léo, càng phong-phú.

Các bạn thiếu-niên hãy so sánh người *Pháp* hay áy-náy muốn dậy dỗ cho các dân-tộc ở *Đông-dương* những khoa học, những kỹ-nghệ của mình, muốn làm cho sự cày cấy của các dân-tộc được thêm phong-phú với nhiều dân-tộc kia đối với nhân-dân bản-xứ thường giữ bí-mật (¹) những cái phương-pháp về khoa-học, về kỹ-nghệ và về việc cày cấy.

Ta hãy xem một cái thí-dụ nhỏ như sau này : Người *Tàu* bán cho người *An-nam* ở phương *Nam* những lợn con, giống thật tốt để nuôi cho béo, nhưng họ giữ gìn cẩn-thận không đem bán lợn giống bao giờ. Trái lại thế, như một nông-gia *Pháp* là ông *Bô-Ren* (Borel) đã tồn biết bao tiền của để đem đến *Bắc-kỳ* những giống lợn rất tốt, thật đã trọn lọc kỹ-càng.

Lại một việc thí-dụ khác : Người *Nhật* được gọi sang *Bắc-kỳ* để giậy cho người *An-nam* nghề làm đồ xứ thì đến lúc quan-trọng trong khi làm, họ cấm thợ *An-nam* không được xem. Người *Pháp* cho người *An-nam* sang *Pháp* học ở tỉnh làm đồ xứ *Li-Mo* (Limoges) để học lấy những phương-pháp về nghề này. Khi trở về nước, thì những người này có thể dựng được những cái lò xứ to, và chính người *Pháp* đã giúp tiền cho một cái lò sứ của người *An-nam*.

Chúng tôi đã nói : Phải chinh-phục Tạo-vật. Sự chinh-phục này làm cho cõi *Đông-dương* có thể nuôi gấp năm lần số nhân-dân hiện-tại. Người *Pháp* đã giốc lòng làm việc này, nên đã mời nhân-dân bản-xứ đồng-lao cộng-tác với mình và nên theo gương người *Pháp*.

Có một thứ chinh-phục khác, nếu người *Pháp* không làm thì thật là rã-man, người *Pháp* sẽ để cho người *An-nam* cứ yếu dần mòn đi. Nhưng người *Pháp* không thể, từ khi người *Pháp* hiểu rằng sự yếu-ớt đó chỉ là một việc tình-cờ xảy ra nên người *Pháp* thường băn-khoăn tìm hết mọi cách để quyết-đấu với những bệnh-tật và làm cho nòi-giống *An-nam* được tráng-kiện và minh-mẫn.

Người *Pháp* đã làm cho dân *Mọi* sinh-hoạt ra ngoài chốn rã-man, để nưng cao cái trình-độ họ bằng các dân-tộc khác ở cõi *Đông-dương.* Sự chinh-phục này chẳng hay, chẳng đẹp hay sao ?

---

(1) Giữ bí-mật = giữ kín việc gì không cho người khác biết.

parfois malgré elle, comme en Indochine, cherche à établir la paix, l'ordre, la bonne organisation, une sage administration, à améliorer les conditions d'existence et à réveiller l'âme des peuples en leur rappelant leur histoire, en leur faisant connaître leur pays, en revivifiant leurs arts et leur littérature.

Comparez le Français, anxieux d'enseigner aux peuples d'Indochine ses sciences, ses industries, d'améliorer leurs cultures, avec certains peuples qui gardent pour eux leurs secrets, leurs procédés.

Voici un petit exemple. Les Chinois vendent aux Annamites du Sud des porcelets de bonne race pour les engraisser ; mais ils ont bien soin de ne jamais introduire les verrats. Par contre un planteur français, M. Borel, a dépensé des sommes considérables pour introduire au Tonkin des races sélectionnées.

Autre exemple : Les Japonais appelés au Tonkin pour enseigner aux Annamites l'art de la porcelaine ont empêché les ouvriers annamites de les regarder travailler au moment intéressant de la fabrication ; les Français ont envoyé des Annamites en France, à Limoges, le pays de la porcelaine, s'y initier aux méthodes de fabrication ; à leur retour ils ont pu monter des usines et ce sont encore des Français qui ont fourni l'argent pour une de ces usines.

Nous avons dit: Il faut faire la conquête de la nature. Cette conquête qui permettrait à l'Indochine de nourrir cinq fois plus d'habitants, les Français l'ont entreprise, en invitant les indigènes à collaborer et à suivre leur exemple.

Il y a une autre conquête que les Français ne feraient pas, s'ils étaient barbares ; ils laisseraient les Annamites à leur faiblesse physique. Au contraire, depuis qu'ils ont compris que cet affaiblissement n'était qu'accidentel, ils s'inquiètent de lutter par tous les moyens contre les maladies et de fortifier la race et la rendre active et vigoureuse.

Et n'est-ce pas une bien belle conquête que celle qui a été entreprise, de tirer les Moï de leur barbarie afin de les élever au niveau des autres peuples indochinois ?

Tình hình xã-hội trong xứ về năm 1860.

Về giữa thế-kỷ trước những dân-tộc lập thành cõi *Đông-Pháp* thì đều suy-đồi cả, hoặc ít hoặc nhiều. Cái dân-tộc cần-mẫn nhất thì trong sự bành-trướng (¹) của mình, một đằng sợ xung-đột với người *Xiêm* đang cải-cách theo phương-pháp *Âu-châu*, một đằng sợ sự sinh-hoạt eo-hẹp của mình vì chỉ ở trong nơi đất thấp nghĩa là một phần rất ít trong xứ. Thật vậy, có cái đại-danh mập-mờ đối với các dân-tộc nhỏ ở lân-cận không phải là làm chủ được họ.

Như sau đây xin nói đến một vài việc có thể biết được tình-hình xã-hội trong những xứ ở cõi *Đông-Dương* vào giữa lúc vua *Gia-Long* tức-vị (²) với việc tiêm-địa của người *Pháp*.

Nước Nam. — Về thời-kỳ ấy, ở nước *Nam* chia ra hai hạng người : những người có quyền-hành sai-khiến là quan-trường và nhà nho, và những người tuân-lệnh là người nhà quê. Thi-cử thì hạng người nào đi thi cũng được. Điều này thì không phải là không thật, nhưng những người thi đỗ với những người không có học cách xa nhau đến một vực một trời.

Những quyền-hành của quan-trường cũng có thể sánh như quyền-hành của người trưởng-tộc. Theo cổ tục *An-nam* thì người trưởng-tộc có một cái quyền-hành hầu như tuyệt-đối (³) và độc nhất vô nhị, khi nào không có sự hà-lạm không thể tha thứ thì gánh lấy cái quyền-hành ấy rất là dễ chịu. Nhân-dân thì tự coi mình như trẻ con, bao giờ cũng phải có người bảo-hộ trông nom và rất là tùng-phục người có quyền-hành. Họ bị roi vọt đánh đập hình như họ cho là một sự tự-nhiên của họ rồi. Có nhiều kẻ nếu không dùng đến roi vọt thì không bắt họ vâng lời được.

Về đời vua *Gia-Long* năm 1807 có ông *Bít-sa-se* (Bissachère) viết sách ghi chép một vài điều về phong tục *An-nam*.

« Các hạng người ở xã-hội từ trên đến dưới đều dùng roi vọt cả, và chỉ nhờ có roi vọt mới thu được thuế dân.

« Chỉ có vua là giàu có, còn nhân-dân thì rất là khổ-sở, vì những sự tham-nhũng của những viên quan lại nho nhỏ. Những viên quan này lại bị những viên quan lớn hành-hạ và xâu-xé. Còn vua thì sai chém những

---

(1) Bành-trướng = lan rộng ra.
(2) Tức-vị = lên ngôi.
(3) Tuyệt-đối = không có giới hạn.

La Cathédrale de Phat-Diem, Province de Ninh-Binh (Tonkin).
Một cái nhà thờ ở Phát-diệm, tỉnh Ninh-Bình (Bắc-kỳ).

CHAPITRE III

État Social du pays vers 1860

VERS le milieu du siècle dernier les peuples qui constituent l'Indochine française étaient tous plus ou moins en décadence. Le plus actif d'entre eux était menacé d'une part dans son extension de se heurter aux Siamois, qui se formaient aux méthodes européennes, d'autre part dans son existence même, pour s'être contenté d'occuper les terres basses, c'est-à-dire une très faible partie du pays. — En effet, exercer sur des peuplades voisines une vague suzeraineté ce n'est pas les dominer.

Voici quelques faits qui donnent une idée de l'état social des différents pays de l'Indochine entre l'avènement de Gia-Long et la conquête française en Annam.

Annam. — A cette époque les Annamites ne formaient que deux classes d'hommes : ceux qui commandaient : les mandarins et les lettrés, et ceux qui obéissaient, les paysans. — Il est vrai que les examens étaient ouverts à tous et que des fils de pauvres paysans pouvaient arriver aux plus hautes fonctions mandarinales. — Mais en fait le succès aux examens créait un abîme entre eux et ceux qui n'avaient pas étudié. Des privilèges considérables les en séparaient comme une caste à part.

Les pouvoirs des mandarins étaient assimilés à ceux du chef de la famille. Comme les traditions annamites donnaient au chef de famille autorité presqu'absolue et indiscutée, ce pouvoir était aisément supporté lorsqu'il n'y avait pas d'abus intolérables. Le peuple admettait son rôle d'enfant en tutelle perpétuelle et soumis à un respect absolu. Il lui semblait naturel de recevoir des coups de rotin ; beaucoup en arrivaient à n'obéir que sous cette menace.

viên quan tham-nhũng rồi chiếm lấy những gia-tài điền-sản của họ
Sự trừng-phạt độc-ác ấy cũng không làm bớt được những sự nhũng-nhiễ
của quan-trường.

«Những nghề-nghiệp thì như là bị cấm. Nếu có người nào có biệt-t
trong nghề của mình thì phải bắt vào kinh làm việc cơm không cho nh
vua. Thần-dân có đồ vật gì đẹp đẽ là vua chiếm lấy.

«Xây thành và mở tỉnh thì bắt phu làm, những lúc này thì thật là một dị
rất may cho quan-lại nhũng-nhiễu nhân-dân. Dân-tình rất là khổ-số

«Chính-phủ thì hèn yếu, rút dát và không được lòng yêu-mến của dân
gian vì chính-phủ muốn hãm nhân-dân ở trong vòng cực-khổ để gia
người ngoại-quốc sự phong-phú (¹) trong nước.

Bảy mươi lăm năm về sau, về năm 1875 quan thủy-binh *Đuy-tơi
đờ-ranh* (Dutreuil de Rhins) sang nước *Nam* định giúp người bản-x
tổ-chức lại thủy-binh *An-nam* thì thấy đoàn thủy-binh này bị hư hỏng c
Trong việc cai-quản đoàn thủy-binh này thì có những viên quan dốt ná
lười biếng và rút dát, đánh đập lính-thủy luôn luôn và để tầu rỉ nát h
hỏng cả. Khi muốn trở chiến-thuyền thì người bản-xứ phải nhờ đến bọ
thủy-thủ *Tàu*.

Viên quan võ ấy nhận được rằng người *Tàu* đã chiếm lấy những s
buôn bán to ở nước *Nam* và họ đối đãi nhân-dân bản-xứ một các
khinh bỉ, sự buôn-bán của người bản-xứ thì nhỏ-nhặt khốn-nạn lắm
những thợ thuyền và thợ tài-khéo thì phải làm việc cho quan-trường v
vua chúa, lại bị đánh đập luôn, sự học-thức của bọn quan-liêu chỉ l
việc thông biết chữ nho thôi, còn như cái gì ở ngoại-quốc và chính nh
sử-ký về cận-đại (³) trong nước họ cũng ù-ù cạc-cạc không biết gì cả.

Sau hết nhà văn-sĩ ấy kết-luận rằng : «Dưới quyền cai-trị ngườ
An-nam trong xứ còn biết bao nhiêu của cải không sinh-sôi nảy-nở ɪ
được. Cái chính-phủ *An-nam* cũng giống như một người sắp chê
người ta đem thuốc đến cho uống may ra cứu sống lại được ít lâu ngà
thì đem đẩy thuốc đi»

Xứ Cao-mên. — Cái dân-tộc cao-trọng (¹) *Ca-me*, vì nền mỹ
thuật của mình mà có danh tiếng, ngày nay nền mỹ-thuật ấy đã đổ ná
cả, chỉ còn dấu-tích lại thôi ! Cái dân-tộc này vì sự hiền lành và vì s
tử-tế của nhân-dân nên lại càng đáng quí trọng nữa. Về năm 1863 ʜ
lúc dân-tộc này sắp phải chịu như cái số phận người *Chàm* thì nướ
Pháp đến giữ quyền bảo-hộ. Nếu cái dân-tộc này có phải chịu như
cái số-phận người *Chàm* thì hoặc là về tay người *Xiêm*, hoặc là về ta

---

(1) Phong-phú = sự giàu có, của cải.

(2) Cận-đại = gần đây.

(3) Cao-trọng = cao sang, có danh tiếng tốt.

Sous Gia-Long, M. de la Bissachère, qui écrivait en 1807, note quelques traits de mœurs.

« L'usage du rotin règne du haut en bas de l'échelle sociale et c'est à coups de rotin qu'on fait la levée des impôts.

« Le roi seul est riche et le peuple est dans la plus grande misère par suite des exactions des petits mandarins, volés et maltraités à leur tour par les grands, et le roi fait décapiter les prévaricateurs pour s'emparer de leurs biens. Ces châtiments cruels n'empêchent pas les abus.

« Les arts sont comme prohibés. Si quelqu'un se distingue dans sa profession on l'oblige à venir travailler à la cour gratuitement. Le roi s'empare de tout ce que ses sujets ont de beau.

« La construction des citadelles et des villes se fait par corvées et réquisitions et fournit aux mandarins l'occasion d'exactions qui rendent le peuple très malheureux.

« Le gouvernement, dit l'auteur, est faible, timide et sans confiance en l'affection du peuple, qu'il maintient dans la misère pour cacher aux étrangers la richesse du pays ».

Trois quarts de siècle plus tard, l'officier de marine Dutreuil de Rhins, venu en 1875 avec l'espoir d'aider à réorganiser la marine annamite, trouve celle-ci en complète ruine. Elle est commandée par des mandarins ignorants, paresseux et poltrons, qui rouent les matelots de coups et laissent les navires pourrir ou se rouiller. Pour pouvoir faire naviguer les jonques de guerre on a recours à des équipages chinois.

Cet officier remarque que les Chinois ont accaparé tout le gros commerce, et qu'ils traitent la population indigène avec mépris ; que le commerce annamite est misérable; que les artisans et artistes sont forcés de travailler pour les mandarins et pour le roi et payés surtout de coups, que l'instruction des mandarins consiste exclusivement dans la connaissance des caractères chinois mais qu'ils ignorent tout ce qui se fait à l'étranger et même l'histoire moderne de leur propre pays.

Cet écrivain conclut ainsi : « Tandis que tant de richesses restent improductives sous l'administration annamite, celle-ci, semblable à un mourant, repousse les remèdes qui pourraient peut-être prolonger un peu son existence. »

Le Cambodge. — La noble nation Khmère, illustre par ses arts, dont il reste d'admirables ruines, estimable pour sa douceur et son affabilité, était en 1863, au moment où la France la prit sous sa protection, sur le point de subir le sort des Chams soit de la main des Siamois, soit de la main des Annamites, après avoir été le théâtre d'une longue guerre entre ces deux peuples. Cette guerre n'eut pas lieu et les Annamites, contraints de conquérir par leur travail les terres vacantes et de respecter les

người *An-nam*, sau khi hai dân-tộc này giao-chiến với nhau trong một vụ lâu giải. Cuộc chiến-tranh này không xẩy ra. Người *An-nam*, lấy sự cần-cù của mình mà xâm-chiếm những khu đất bỏ hoang, đổi-đãi người *Cao-mên* trong những tỉnh lấy được một cách tử-tế.

Người *An-nam* nhờ sự thái-bình và sự thịnh-vượng nên đến sinh-cơ lập-nghiệp ở những nơi này càng ngày càng đông đúc.

Người bộ-hành *Pháp* tên là *Mu-hê* (Mouhet) tả cái thống-khổ xứ *Cao-mên* về hồi đó, nói rằng chính vua cũng phải ăn ở một cách nghèo-nàn, còn nhân-dân thì thật là nhu-nhược vì không có nghệ-thuật, không có khoa-học, không có lòng tin cậy về tương-lai gì nữa.

Xứ Lào. — Về thời-kỳ ấy xứ *Lào* vào tay người *Xiêm*, họ chiếm và tàn-phá kinh-thành *Vạn-tượng* (Vientiane) về năm 1827, và bắt nhân-dân trong thành sang bên hữu-ngạn sông *Cửu-long*. Về năm 1827 những miền xa thành *Bàn-cổ* có loạn tứ-tung. Giặc cướp hoành-hành trên dòng sông *Cửu-long*. Bọn người *Hồ* ở bên *Tầu* tràn sang tàn-phá phía Bắc. Lúc ấy người *An-nam* yếu-thế lắm không có quyền-hành gì ở xứ *Lào* cả. Người *Xiêm* xâm-chiếm xứ *Lào*, đi tới đến biên-thùy nước *Nam*.

Xứ Anh-đô-nê-diên. — Cái miền *Mọi* ở có thể sánh với *Phi-châu trung-ương* (Afrique centrale) về thế-kỷ trước là lúc đức *Hồng-y La-vi-dơ-ri* (Lavigerie) ở bên *Âu-châu* đang khuyến-khích nhân-dân quyết-chiến với việc buôn người làm nô-lệ.

Mãi đến khoảng năm 1890 trong miền cũng còn nhiều cuộc binh-đao ghê-gớm, làng nọ đánh làng kia. Hết đánh nhau lại cướp người đem bán làm nô-lệ cho người *Xiêm*, người *Lào* và người *Cao-mên*. Dân *Mọi* thường hay cướp phá những làng *An-nam* để cướp đàn-bà và trai trẻ rồi đem bán cho lái buôn nô-lệ.

Người *An-nam* không dám đi vào trong miền *Mọi* ở, chỉ trừ ra một vài người lái-buôn là dám đi thôi. Những người này không phải là ở trong hạng thượng-lưu, thường cũng bị hại là vị họ hà-lạm cái lòng quá tin và sự ngu dốt của dân *Mọi*.

Nói tóm lại, lúc nước *Pháp* đến làm cho các nòi giống ấy được thái-bình thì cái tình-thế trong xứ rất là nguy-hiểm cho tất cả mọi người.

Nhất là nước *Nam*, lúc ấy rất là suy-yếu vì người trong nước gây ra trận mạc giết hại lẫn nhau và vì sự mập mờ của bọn nhà nho, họ thấy cái gì mới lạ ở nước ngoài là họ nhất-quyết phản-đối (1). Họ lại muốn làm cho nước *Nam* thành một nước đóng cửa kín mít, không giao-thiệp với nước ngoài nào cả.

Ở về cái thời-kỳ này, một xứ nhất là một xứ giáp bể không tài nào có thể đóng cửa mà không giao-thiệp với các nước ngoài. Trong lúc

(1) Phản-đối = làm trái lại.

Danseuses Cambodgiennes, devant Angkor-Temple.
Con hát múa Cao-mên đứng trước đền Đế-thiên Đế-thích.

Cambodgiens dans les provinces qu'ils leur avaient prises, s'y multiplièrent dans la paix et la prospérité.

Le voyageur français Mouhot décrit la grande misère du Cambodge à cette époque ; le roi lui-même y vit pauvrement et la population n'ayant plus ni arts, ni sciences, ni énergie, ni foi dans l'avenir est profondément apathique.

Le Laos. — Le Laos est à cette époque aux mains des Siamois, qui ont conquis et détruit Vientiane en 1827 et transporté la population sur la rive droite. Loin de Bangkok c'est, encore vers 1880, le désordre le plus absolu. La piraterie règne sur le Mékong et des envahisseurs Hos, venus de Chine, ravagent le Nord. Néanmoins l'Annam est trop faible pour s'imposer au Laos et les Siamois y pénètrent jusqu'à la frontière annamite.

Le pays Indonésien. — La région moï pouvait être comparée au siècle dernier à l'Afrique centrale au temps où le Cardinal Lavigerie prêchait en Europe la croisade contre l'horrible fléau de l'esclavage.

Jusqu'aux environs de 1890 c'étaient des guerres atroces de village à village et des razzias d'esclaves, que l'on vendait au Siam, au Laos et au Cambodge. Les Moïs à leur tour attaquaient les villages annamites pour leur prendre des femmes et des jeunes gens et les vendre aux marchands d'esclaves.

Les Annamites n'osaient pas pénétrer dans l'intérieur, sauf quelques marchands, qui souvent étaient massacrés, par leur faute d'ailleurs, car ces marchands n'étaient pas recrutés dans l'élite de la population et abusaient de la crédulité et de l'ignorance des Moïs.

này thì cũng không có dân-tộc nào là hẳn được độc-lập. (1) Tất cả các dân-tộc đều dựa vào nhau, hoặc ít hoặc nhiều. Những nước lớn như nước *Pháp*, nước *Anh* phải tuân luật vạn-quốc và nhất là tuân những điều-ước nó giàng buộc nước nọ với nước kia. Cũng có những nền cai-trị chung của vạn-quốc như là việc liên-hợp bưu-điện (2) của vạn-quốc vậy. Xem như thế thì cái giấc mộng của quan-trường nước *Nam* lúc ấy không thể thực-hành được. Vả, chính những viên quan này mơ-màng muốn những sự không thể có được, nên nước *Pháp* mới phải can-thiệp vào việc xứ này vậy.

---

(1) Độc-lập = không phải thuộc quyền cai-trị của nước ngoài.

(2) Liên-hợp bưu-điện = việc gửi thơ từ, thông tin-tức chung của các nước.

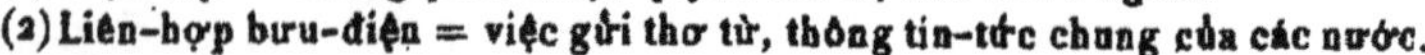

Tourane : Grottes de Marbre. Pagode de Huyen Khong Bong.
Hàn : Động Ngũ-hành-sơn. Chùa Huyền-không-bổng.

Irrigations du Thanh-Hoa (Annam): Construction d'un barrage et d'une écluse de navigation.

Công việc dẫn thủy nhập điền ở Thanh-hóa (Trung-kỳ). Công việc xây một cái cống ngăn nước và cống thang nước về việc dẫn thủy.

En résumé la situation était dangereuse pour tout le monde au moment où la France vint faire règner la paix sur toutes ces races.

L'Annam en particulier était affaibli par de longues guerres civiles et par l'aveuglement des lettrés, qui repoussaient tout ce qui était étranger et voulaient faire du pays un royaume complètement fermé.

Or, à notre époque, il est impossible à un pays, surtout à un pays maritime, de se fermer aux relations internationales et il n'y a plus de peuples complètement indépendants. Tous les peuples sont plus ou moins dépendants les uns des autres et les grandes nations elles-mêmes, comme la France ou l'Angleterre, sont soumises à des lois internationales et aux traités qui les lient les unes aux autres. Il y a même des administrations internationales comme l'Union postale universelle. Le rêve des mandarins de la Cour d'Annam était donc irréalisable ; pour avoir voulu l'impossible ils ont rendu nécessaire l'intervention française.

Construction d'un pont sur le Mékong à Godauha (Cochinchine).
Xây cầu trên sông Cửu-long-giang ở Go-dau-Ha (Nam-kỳ).

Các dân-tộc cần phải tiếp cận [1] với những dân-tộc có nghị-lực hơn và tài giỏi hơn để thêm phần phong phú.

Kết quả thứ nhất về cuộc đô-hộ Pháp.

Xem như trên thì chúng ta biết rằng những dân-tộc văn-minh phải dựa lẫn nhau, và phải bỏ đi một phần quyền-lợi mới giữ được quyền độc-lập, nghĩa là phải cư-sử như là một người hội-viên đối với các hội-viên khác trong hội vậy.

Một nước phải yếu-hèn quá là vì nhân-dân mất cả nghị-lực. Việc mất nghị-lực này sinh ra là bởi khí-hậu nặng-nề, bởi cái chính-phủ chuyên-chế, bởi nội-loạn và bởi ở gần với những dân-tộc còn rã-man. Như vậy thì thật là một việc rất lợi cho nước này là dựa vào một dân-tộc cường-thịnh và nhân-từ, và nhờ có sự bảo-hộ và sự che-trở ở ngoài, để làm việc mà loại dần dần tất cả những nguyên-nhân [2] nó làm cho mình hèn-yếu.

Như ngày xưa người *Gô-Loa* bị người *La-Mã* đô-hộ là vì trong nước có nội-loạn luôn nên tài-sản nhân-dân khánh-kiệt, lại thường khiếp sợ những sự xâm-chiếm của nước ngoài. Vì cuộc đô-hộ này nên về sau dân-tộc *Gô-Loa* thành ra một dân-tộc đông đúc hơn, giầu có hơn, và có tiếng tăm hơn dân-tộc *La-Mã*.

Ngày nay sự dựa vào một quốc-gia ngoại-quốc ở xa và công-minh thì rất tốt cho một quốc-gia đang thành-lập như cõi *Đông-dương* này. Thật thế, vì cõi *Đông-dương* có nhiều dân-tộc ở, mà dân-tộc đông-đúc hơn cả thì chỉ ở một phần nho nhỏ trong xứ thôi. Vậy thì có hai việc giải-quyết, một là việc chiến-tranh chinh-phục lâu dài, hai là có một dân-tộc phú-cường hơn cả các dân-tộc này đem sự thái-bình mà chọn lẫn các dân-tộc ấy lại với nhau.

Việc giải-quyết thứ nhất chỉ có dân-tộc nào hay đi chinh-phục, ra trận mạc, chuộng nghề binh là làm nổi. Cái kết-quả của sự giải-quyết này, trong mấy thế-kỷ về sau, là những xứ mênh-mông dân-cư tản lạc và thành ra những bãi sa-mạc như người ta đã trông thấy ở *Phi-Châu* và *Á-Châu* trung-ương vậy.

---

(1) Tiếp-cận = gần gụi với nhau.
(2) Nguyên-nhân = căn do, cớ.

Port de Saïgon : Vue vers l'aval prise des Messageries Maritimes.
Bến Sài-gòn: Cảnh chụp lấy hãng tàu Nam-sao trông về suôi.

CHAPITRE IV

Nécessité pour les peuples de se régénérer au contact de peuples plus énergiques ou plus avancés. Premiers résultats de la domination française.

Nous avons vu qu'en réalité les peuples civilisés sont très dépendants les uns des autres, et ne conservent leur indépendance qu'à la condition d'en sacrifier une partie en agissant comme un membre d'une société vis-à-vis des autres membres.

Mais une nation, où les énergies ont été émoussées par un climat pénible, un gouvernement despotique, des guerres intestines et par le voisinage de peuples barbares, se trouve dans un état d'infériorité. C'est alors son intérêt de s'appuyer sur un peuple fort et généreux et de travailler, à l'abri de cette protection et avec cette aide extérieure, à éliminer peu à peu les causes de sa faiblesse.

Ainsi jadis les Gaulois, épuisés par leurs guerres civiles, menacés par des invasions, tombèrent sous la domination de l'empire romain. Ils en devinrent le peuple le plus nombreux, le plus riche et le plus brillant. L'appui d'une nation étrangère, lointaine et impartiale, est surtout utile à une nation en formation comme l'Indochine, faite de plusieurs peuples très différents et dont le plus nombreux n'occupe que la plus petite partie du pays. Il n'y a alors que deux solutions : une longue série de guerres de conquêtes, ou bien la fusion de ces peuples dans la paix maintenue au-dessus d'eux par une force supérieure à eux tous.

Huê : Portique du tombeau de l'Empereur Dòng-Khanh.
Huê: Cửa lăng vua Đồng-Khánh.

Việc giải-quyết thứ nhì vừa làm cho các nòi giồng thêm phần khỏe mạnh bởi sự lai giồng và sự cần-cù, vừa làm cho nhân-dân đông-đúc thêm và giầu có thêm ra.

Việc tiếp-cận với những dân-tộc ngoài lại còn nhiều hiệu-quả hay nữa, và những dân-tộc nào văn-minh hơn thường là những dân-tộc thu-thập được những sự ảnh-hưởng khác nhau ở các nước ngoài.

Như nước *Pháp* thu-thập được cái tôn-giáo của người *Hiệp-Bơ* (Hébreux), tiếng nói và luật-pháp của người *La-Mã*, triết-học của người *Hi-Lạp*, những điều sơ-lược về khoa-học của người *A-Rập*, trí thực-dân của người *No-Măng* (Normands), những đức-tính về nghề binh của người *Pha-Lăng* (Francs).

Nhưng mà những dân-tộc ở xứ nóng đón rước những người ngoại-quốc ở xứ lạnh đến thì có một sự lợi khác nữa, là vì những người này có một cái nghị-lực và một sự cần-mẫn to hơn dân-tộc ở xứ nóng nhiều.

Vua *Gia-long* khôi-phục được ngôi vua là nhờ được sự lợi-dụng một số ít người *Pháp* và nhờ được những lời khuyên-răn của một người có tiếng là khôn ngoan và thông-minh là ông *Bi-Nhu-Bê-Hen* (Pigneau de Béhaine). Khi vua *Gia-Long* khôi-phục được ngôi vua rồi thì thu-phục cả nước *Nam* dưới pháp-luật mình, tổ-chức lục-binh và thủy-binh, lập tỉnh và xây thành. Vì vậy nên vua *Gia-Long* được người *Anh* đối-đãi như một ông vua một cường-quốc vậy.

La première solution demande chez le peuple conquérant l'amour de la guerre, l'admiration du métier militaire ; elle n'aboutit souvent, après des siècles, qu'au pénible résultat que l'on a vu en Afrique et en Asie centrale : d'immenses pays dépeuplés et transformés en déserts.

La seconde solution, en fortifiant les races par les croisements et par le travail, multiplie la population et les richesses.

Le contact avec les peuples étrangers a d'autres bons effets et les peuples les plus civilisés sont souvent ceux qui ont reçu les influences étrangères les plus variées.

Ainsi la France doit aux Hébreux sa religion, aux Romains sa langue et ses lois, aux Grecs sa philosophie, aux Arabes les rudiments de ses sciences, aux Normands son esprit colonisateur, aux Francs ses vertus militaires.

Mais les peuples des pays chauds ont une autre raison d'accueillir parmi eux des étrangers venus de pays plus froids. C'est que ceux-ci ont généralement une énergie et une activité plus grandes.

Grâce à l'utilisation d'une poignée de Français et aux conseils d'un homme remarquable par sa sagesse, Pigneau de Béhaine, Gia-Long reconquit son trône, réunit sous sa loi tout le pays annamite, organisa une armée et une marine, construisit des villes et des citadelles, obtint d'être traité par les Anglais comme un monarque puissant.

La chaussée d'Angkor-Vat. Tường đắp của Angkor-Vat.

Nêu những vua nôi ngôi vua *Gia-long* mà căng công-nhận người *Pháp* giúp việc quản-trị (1) trong nước như vua *Gia-long* thì có lẽ sự cộng-tác (2) ấy có nhiều hiệu-quả hay. Về sau phải có võ-lực mới thực-hành được sự cộng-tác ấy, nhưng sự cộng-tác này có sản ra được nhiều điều hay là vì nhân-dân lầy lẽ phải mà theo.

Việc chiếm-lĩnh xứ *Nam-kỳ*, nhân-dân lầy làm hoan-nghênh lắm. Vì vậy nên chẳng bao lâu xứ này được tiến-bộ rất nhanh.

Ngày trước nhân-dân xứ *Nam-kỳ* chỉ trồng giọt những hoa mẫu đủ sinh-nhai thôi, một vài người *Tàu* buôn xuất-cảng nhỏ nhật lắm ; cuộc thương-mại ở trong xứ vào tay bọn khách-trú cả ; thương-chính trong xứ đánh thuê luân-chuyển hàng-hóa rất nặng, sở cho dân vay tiền lầy lãi rất nặng, những tầu ngoại-quốc đến *Sài-gòn* thật hiếm, những con đường tốt đẹp làm khi còn vua *Gia-long* thì hầu như không đi được nữa, đường thủy chỉ được độ sáu trăm ki-lô-mét thôi.

Lúc đầu Chính-phủ *Pháp* ở *Nam-kỳ* cố lầy lòng nhân-dân trong xứ nên cho nhân-dân hưởng đủ các thứ quyền-lợi.

Trong năm năm trời, nước *Pháp* không muốn bỏ xứ này, nên dù nhân-dân không tin, người *Pháp* cũng đã hết sức về việc chủng đậu cho nhân-dân để trừ bệnh đậu mùa và giảng-dụ cho công-chúng biết phép vệ-sinh để trồng-cự với bệnh tả.

Về năm 1858 nhà cửa ở tỉnh *Sài-gòn* chỉ có những cái nhà sàn làm trên những cái lạch bùn lầy. Đến sau người *Pháp* họa địa đồ làm thành một tỉnh-thành to, lắp dần dần những lạch để làm những dẫy phố giải, có những con đường rộng rãi có cây cối um tùm. Trong hai mươi năm về sau, tỉnh *Sài-gòn* thành ra một thành-phố lớn có 16.000 nhân-dân. Về năm 1914, trước khi có sự chinh-chiến ở *Âu-châu*, thành-phố *Sài-gòn* có 75.000 nhân-dân, ngày nay có hơn 100.000 người ở. Tỉnh *Chợ-lớn*, tỉnh *Mỹ-thọ*, tỉnh *Vĩnh-long* rồi thì đến các tỉnh-lị khác cũng được chỉnh-đốn như thành-phố *Sài-gòn*, để cho nhân-dân được khỏe mạnh làm ăn và buôn bán được tiện-lợi. Từ khi người *Pháp* đến ở *Nam-kỳ* thì những tầu bè ở ngoại-quốc cứ thường đến *Sài-gòn* để mua thóc gạo và làm cho nhân-dân biết buôn bán với ngoại-quốc. Vì vậy nên những nông-gia càng mở-mang sự cày cấy của mình. Việc xuất-cảng gạo cũng vì vậy mà càng thêm quan-trọng.

Từ năm 1860 đến 1865 sự xuất-cảng gạo bằng tầu bè mỗi năm tới 50.000 tấn, từ năm 1870 đến năm 1875, mỗi năm được 268.000 tấn, và từ năm 1885 đến năm 1890, mỗi năm được 460.000 tấn. Từ năm 1895 đến năm 1900, cứ mỗi năm kể số chung bình là được 595.000 tấn, từ năm 1905 đến năm 1910, mỗi năm được 815.000 tấn, ngày nay sự xuất-cảng gạo mỗi năm được quá 1.300.000 tấn.

---

(1) Quản-trị = trông nom, coi sóc.
(2) Cộng-tác = cùng làm việc với nhau.

La collaboration française aurait produit de magnifiques résultats si elle avait été acceptée par les successeurs de Gia-Long comme par lui-même. Elle s'est plus tard imposée par la force; mais elle n'est bienfaisante qu'autant qu'elle est acceptée par la raison.

La conquête de la Cochinchine fut bien acceptée par la population; aussi ce pays ne tarda-t-il pas à faire de grands progrès.

Auparavant les habitants de la Basse-Cochinchine se contentaient de cultiver les produits nécessaires à leur existence; quelques Chinois faisaient un commerce d'exportation insignifiant; tout le commerce local était d'ailleurs entre leurs mains; les douanes intérieures prélevaient d'énormes droits sur la circulation des marchandises; le crédit n'existait que sous la forme d'usure; de rares navires étrangers touchaient Saïgon; les belles routes construites sous Gia-Long étaient devenues presqu'impraticables, les voies navigables n'atteignaient guère que 600 km.

Dès les débuts l'administration française de la Cochinchine s'efforça de gagner la sympathie des habitants en leur donnant des avantages de toute sorte.

Dès que la France, au bout de cinq ans, eût renoncé à abandonner le pays, la lutte contre la variole par la vaccine fut entreprise, malgré la méfiance de la population, puis ce fut la lutte contre le choléra par des mesures d'hygiène.

La ville de Saïgon n'était en 1858 qu'un ensemble de huttes, bâties sur pilotis le long d'arroyos fangeux. On établit dès le début le plan d'une grande ville aux rues droites et ombragées, avec de larges avenues pour remplacer les arroyos au fur et à mesure de leur comblement. C'était 20 ans plus tard une jolie ville de 16.000 âmes. En 1914, à la veille de la guerre, elle en comptait 75.000, aujourd'hui plus de 100.000. Cholon, My-Tho, Vinh-Long, puis bientôt tous les chefs-lieux de provinces furent aménagés de même pour la bonne santé et la commodité des habitants.

Dès l'arrivée des Français en Cochinchine les navires étrangers avaient commencé à venir plus souvent à Saïgon; peu à peu ils prirent tout ce qu'ils pouvaient trouver de riz et créèrent des débouchés; les paysans étendirent leurs cultures et l'exportation du riz prit rapidement d'énormes proportions.

De 1860 à 1865 l'exportation par les navires à vapeur atteignit en moyenne 50.000 tonnes par an; 268.500 dans la période de 1870 à 1875 et 460.000 dans celle de 1885 à 1890. Vers 1895-1900 la moyenne annuelle fut de 595.000 tonnes, de 815.000 tonnes de 1905 à 1910; aujourd'hui l'exportation dépasse 1.300.000 tonnes.

En 1875 fut créée la Banque de l'Indochine qui, grâce à ses prêts et à la bonne monnaie mise en circulation, a beaucoup contribué à la prospérité du pays.

Về năm 1875 nhà ngàn-hàng (1) *Đông-dương* lập thành, nên nhờ được sự cho nhân-dân vay tiền và việc lưu-hành tiền bạc mà sự tiến-bộ trong xứ tăng-tiến thêm lên.

Việc luân-chuyển bằng tầu bè chạy luôn luôn và nhất định ngày giờ đi từ *Sài-gòn* đến *Sanh-ga-bô* (Singapour), sang *Âu-châu*, sang *Tàu*, sang *Nhật*. Việc bưu-điện (2) ngày xưa chỉ để dùng về việc quan thì người *Pháp* tổ-chức lại thành một bưu-cục rất quan-trọng.

Về hồi quan *An-nam* cai-trị thì nhân-dân chỉ có quyền bàn đến việc trong làng, nay được dự đến việc công trong tỉnh-hạt hội-đồng và trong hội-đồng quản-hạt.

Về thời-kỳ đó, việc học-hành cũng đã mở-mang. Về năm 1886 ở *Nam-kỳ* đã có 411 cái trường vừa trường giậy chữ *Pháp* vừa trường giậy chữ *Hán*, có 111 ông giáo người *Pháp* và 582 ông giáo người *Nam* và có tất cả hơn 21.000 học-trò.

Xứ Cao-mên. — Xứ *Cao-mên* lúc đầu tuy cũng tiến-bộ nhưng không được nhanh chóng bằng *Nam-kỳ*. Sự tiến-bộ cũng như người ta khi ngã mạnh quá thì đứng lên khí chậm.

Việc nước Pháp muốn làm trước nhất ở xứ này cũng như là việc mà nhà thám-hiểm trứ-danh *Ba-Vi* (Pavie) gọi là sự «chinh-phục nhân-tâm»

Người *Pháp* lúc ấy chuyên-chú nhất về việc nghiên-cứu trong xứ, nên những nhà thám-hiểm đi khắp trong xứ *Cao-mên* và đi tới cả những miền người *Xiêm* chiếm-lĩnh nữa.

Kinh-đô xứ này về sau vua *Nô-rô-Dôm* (Norodom) đem đến đóng ở *Nam-vang*. Năm 1867 người *Pháp* dựng trên những đầm ao men bờ *Bể-hồ* (Tonlé sap) một cái tỉnh-thành nguy-nga làm cho các nhà du-lịch trông thấy cũng phải ngợi-khen.

Việc luân-chuyển bằng tàu thủy trong xứ cũng tổ-chức chạy luôn luôn thành chuyển nhất định. Năm 1893 nước *Xiêm* phải trả lại xứ *Cao-mên* những địa-hạt ở về phía *Bắc* và nước *Pháp* thay mặt nước *Nam* đòi lại tả ngạn sông *Cửu-long*. Việc luân-chuyển tàu thuyền chạy từ *Nam-Vang* sang *Lào*, lúc tổ-chức tuy gặp nhiều nỗi khó khăn, nhưng sau cũng có hiệu-quả hay.

Về năm 1907 nước *Pháp* bắt nước *Xiêm* phải hoàn lại cho *Cao-mên* những tỉnh *Bát-tam-Bang* và *Xiêm-rệ-Áp*.

Trong tỉnh này có cựu-chỉ đến *Đế-thiên-Đế-thích* (Ruines d'Angkor), đền này là một nơi kỳ lạ trong thế-gian. Đền này trước kia ít người biết đến, vì bỏ hoang trong nơi rừng rậm, đường lối đi vào rất là khó khăn.

---

(1) Nhà ngàn-hàng = ta thường gọi là nhà *băng*, nhà đổi bạc, nhận gửi tiền và cho vay tiền.

(2) Bưu-điện = sở giấy thép.

La maternité de l'hôpital de Quang-Ngai (Annam).
Nhà hộ-sinh ở nhà thương Quảng-Ngãi (Trung-Kỳ).

Des services réguliers de paquebots relièrent Saïgon à Singapour, à l'Europe, à la Chine et au Japon. La Poste, qui n'existait autrefois que pour le service des mandarins, fut réorganisée et un important réseau télégraphique fut établi.

La population annamite qui, sous le régime mandarinal, n'avait le droit de s'occuper que des affaires intérieures du village, fut appelée à s'initier aux affaires publiques dans les conseils provinciaux, et à celles de la Colonie toute entière au Conseil Colonial.

L'instruction à cette époque ne fut nullement négligée. On comptait déjà en 1886 en Cochinchine, en plus des écoles de caractères, 411 écoles avec 111 maîtres français, 582 maîtres annamites et plus de 21.000 élèves.

Cambodge. — Le Cambodge fit au début des progrès moins rapides ; quand on est tombé très bas on se relève moins vite.

La France, dans ce pays, voulut d'abord faire ce qu'un illustre explorateur, M. Pavie, appela « la conquête des cœurs ».

On s'attacha surtout à étudier le pays et les explorateurs parcoururent tout le pays khmer, y compris les régions occupées par le Siam.

La capitale fut ramenée à Pnom Penh par le roi Norodom et l'on commença en 1867 à édifier, sur les marais qui longeaient le Tonlé Sap, la ville magnifique qui fait aujourd'hui l'admiration des voyageurs.

Les services réguliers de bateaux à vapeur furent créés et, lorsqu'en 1893 le Siam eut rendu au Cambodge ses territoires du Nord et cédé à la France la rive gauche du Mékong, revendiquée au nom de l'Annam, des services réguliers furent organisés entre Pnom Penh et le Laos, malgré de grandes difficultés.

En 1907 la France obtint que le Siam restituât au Cambodge les provinces de Battambang et Siem Réap. Dans cette dernière se trouvent les ruines d'Angkor, une des merveilles du monde. Abandonnées dans la forêt, d'accès difficile, elles étaient peu connues. Des routes furent

Hanoi — Pont Doumer et bord du Fleuve Rouge.
Hà-nội — Cầu Doumer và bờ sông Nhĩ-hà.

Người *Pháp* mở đường, chặt cây, phá bụi bao bọc cựu-chỉ. Những nhà bác-học khảo-cứu rồi thuật rõ cái lịch-sử kỳ-dị của cái cổ-quốc *Ca-me*. Ngày nay những nhà du-lịch khắp trong thế-giới đến ngoạn-cảnh *Đế-thiên-Đế-thích*.

Nước *Pháp* lại dựng trong xứ *Cao-mên* nhiều nhà thương, làm thêm vào những nhà trường cổ ở chùa những cái trường vừa giạy chữ *Pháp* vừa giạy chữ *Cao-mên* và nhiều trường kỹ-nghệ nữa.

Xứ Lào và miền Anh-đô-nê-diên. — Cuộc chiếm-lĩnh của người *Xiêm*, như ta đã xem ở trên, làm cho những miền này trải qua một thời-kỳ đồi-tệ và đổ-nát. Nhất là ở miền *Mọi* vì dã-man quá nên loạn-lạc tứ tung, làng này đánh nhau với làng khác luôn luôn.

Người *Pháp* chiếm-lĩnh những nơi này trong mấy năm đầu chỉ chuyên chỉ về việc trị-an và việc làm cho dân có trật-tự và dìu dắt nhân-dân về việc an-cư lập-nghiệp. Người *Pháp* lại làm cho xứ *Lào* có việc vận-tải nhất định trên sông *Cửu-Long*, có đường giây thép, và trong các tỉnh to có nhà thương và trường học.

Những nhà thám-hiểm lại nghiên-cứu những thổ-sản, phong-tục và sử-ký trong xứ, rồi vẽ địa-đồ toàn xứ để dự-bị cho con đường tiến-bộ tương-lai xứ này vậy.

Trung-kỳ và Bắc-kỳ. — Việc dẹp-an hai xứ này mất nhiều thì giờ lắm. Một mặt phải trừ cho tiệt nọc bọn giặc cướp tàn-hại xứ *Bắc-kỳ* về năm 1880-1890 và trục-xuất bọn giặc *Tàu* ra ngoài biên-thùy. Một mặt thì các nhà nho và chính-phủ *Nam-triều* trong báo năm cứ lầm lẫn lòng ái-quốc với sự sợ hãi việc cải-lương.

Vì thế nước *Pháp* chỉ xin quyền tự-do buôn bán, mà phải nắm lấy cái chủ quyền trong xứ. Như vậy nên nhiều người bản-xứ cho người *Pháp*

ouvertes, les ruines furent dégagées des arbres et des lianes, étudiées par les savants, qui retracèrent l'histoire merveilleuse du vieux royaume khmer. Aujourd'hui les voyageurs viennent de toutes les parties du monde visiter Angkor.

La France, en même temps, dota le Cambodge d'hôpitaux et compléta les vieilles écoles de pagodes par des écoles franco-cambodgiennes et des écoles professionnelles.

Laos et région Indonésienne. — L'occupation siamoise, nous l'avons vu, avait été pour ces régions une époque de désolation et de ruine. Le désordre était surtout grand chez les Moïs, qui étaient tombés dans la plus complète barbarie ; les villages étaient perpétuellement en guerre les uns contre les autres.

Les premières années de l'occupation française furent surtout consacrées à rétablir la paix et l'ordre, et à ramener la population au travail paisible. Toutefois le Laos fut doté de transports fluviaux réguliers sur le Mékong, d'un réseau télégraphique, enfin, dans les principales provinces, d'un service médical et d'écoles.

Surtout les explorateurs étudièrent le pays et ses ressources, ses coutumes et son histoire, en établirent la carte et préparèrent ainsi la voie pour l'avenir.

Saigon — La rue Catinat.   Sài-gòn — Phô Catinat.

như kẻ cừu-địch của mình. Vì nước *Pháp* muốn tránh sự trách móc đó nên đã lâu năm lưỡng-lự không muốn thi-hành những việc cải-lương hình như trái với lòng dân-chúng. Cũng vì sự lưỡng-lự này nên ngày nay có nhiều người *An-nam* đem lời trách-móc nước *Pháp*.

Ở *Bắc-kỳ* nhân-dân am-hiểu thời-thế hơn nên nước *Pháp* vừa đem quan dẹp giặc cướp để giúp việc trị-an, vừa có thể thực-hành ngay những công việc to trong xứ.

Chưa đầy bốn mươi năm, xứ *Bắc-kỳ* đã tiến-bộ lạ lùng. Trên bộ thì đường xe-hỏa lan ra nhiều tỉnh; trên các ngọn sông thì tàu thủy rất nhiều; sở giây thép thì tỉnh nào cũng có; việc tuần phòng giữ trật-tự các nơi tổ-chức rất là hoàn-bị, những binh-lính *An-nam* có những người tài giỏi đứng đầu, biết vâng lời người trên, hợp thành những cơ-ngũ thạo việc binh-đao; y-tế sắp đặt cũng hoàn-hảo, có nhiều nhà thương lớn, có những nhà thương chữa người bệnh phong, có những nhà hộ-sinh và một y-viện để trồng đậu. Nhiều nhà trường mở ra giậy thêm chữ *Pháp* để bổ-túc vào việc học của người bản-xứ đã có từ xưa, hai nhà trường kỹ-nghệ lớn dựng ở *Hải-phòng* và *Hà-nội*, trường Cao-đẳng mở ra để đào-tạo (1) những y-sĩ, những thú-y, những viên tham-tá chuyên-môn công-chính và để giậy cho những viên quan phụ mẫu sau này có một nền học-thức hoàn-toàn.

Những con đường cũ đều sửa sang lại cả; nhiều con đường mới mở nhưng mãi đến năm 1914 mấy gần giải đá hết.

Ngay lúc ấy những thương-gia, những nhà kỹ-nghệ và những thực-dân *Pháp* tuy gặp nhiều sự khó khăn mà cũng thực-hành nhiều việc như khai mỏ, dựng nhà máy và khai-khẩn đồn-điền.

Trong những miền đã bao năm bị giặc-dã cướp phá tàn hại, người *Pháp* đến làm cho nhân-dân ở đây lại vui lòng làm việc. Có nhiều người *Pháp* lại đem lời khuyên bảo và đem cái gương sáng của mình giậy bảo người *An-nam*.

Tỉnh *Hải-phòng* về năm 1885 là một cái làng dựng trên những đồng lầy, bốn mươi năm về sau thành một thành phố kỹ-nghệ có tới 100.000 nhân-dân và lại là một cái hải-cảng có nhiều tàu bè các nước đến đỗ. Thành phố *Hải-phòng* thật là cái công-trình của bọn thực-dân vậy.

Tỉnh *Hà-nội* thì nay thật là khác ngày trước nhiều, năm 1914 nhiều người ngoại-quốc trông thấy đã phải ngợi khen.

Tỉnh *Nam-định*, tỉnh *Bắc-ninh*, tỉnh *Lạng-sơn* và nhiều tỉnh khác nữa thật là những cái gương sáng về sự trật-tự và sự sạch-sẽ vậy.

Ở *Trung-kỳ* cũng có thay đổi nhiều nhưng khí chậm không bằng *Bắc-kỳ*.

---

(1) Đào-tạo = giậy dỗ cho thành tài.

Annam et Tonkin. — La pacification de ces deux pays fut longue. D'une part il fallut mettre fin à la piraterie, qui, vers 1880-1890, désolait le Tonkin, et chasser les bandes chinoises ; d'autre part les lettrés et la Cour d'Annam confondirent longtemps le patriotisme avec l'horreur des réformes et contraignirent la France, qui demandait seulement la liberté du commerce, à prendre en mains la direction du pays. Ainsi les Français apparaissaient aux yeux de beaucoup comme des ennemis. Pour échapper à ce reproche la France hésita longtemps à entreprendre des réformes contraires, semblait-il, à la volonté de la population ; c'est cette hésitation que beaucoup d'Annamites lui reprochent aujourd'hui.

Au Tonkin, mieux comprise par la population, la France put immédiatement, en même temps que ses soldats luttaient pour la pacification, entreprendre de grands travaux.

En moins de quarante ans le Tonkin fit des progrès considérables. Un important réseau de chemins de fer fut construit ; la navigation à vapeur s'étendit sur tous les fleuves ; la poste et le télégraphe furent installés dans toutes les provinces ; la garde indigène bien organisée maintint l'ordre partout ; les soldats annamites, avec des chefs habiles à se faire obéir sans punir, formèrent des régiments aguerris ; le service médical fut installé avec plusieurs grands hôpitaux, des léproseries et des maternités, un institut pour la vaccine. Des écoles furent créées, pour compléter l'enseignement traditionnel par un enseignement français, deux grandes écoles professionnelles furent créées à Haïphong et à Hanoï et des écoles supérieures pour former des médecins et vétérinaires, des agents techniques des Travaux Publics et pour parfaire l'instruction des futurs mandarins.

Les routes anciennes furent améliorées ; de nombreuses routes nouvelles furent ouvertes ; mais jusqu'en 1914 très peu furent empierrées.

En même temps les commerçants, industriels et colons français créaient, au milieu d'énormes difficultés, de nombreuses entreprises, mines, usines, plantations.

Leur présence dans des régions dévastées par des années de guerre et de piraterie encouragea la population à se remettre au travail et la plupart de ces Français se firent les instructeurs des Annamites par leurs exemples et leurs conseils.

Haïphong, village dans des marécages en 1885, grande ville industrielle de 100.000 habitants quarante ans plus tard, et port fréquenté par les navires de tous les pays, est l'œuvre des colons.

Hanoï fut complètement transformé et déjà en 1914 excitait l'admiration des étrangers.

Nam-Dinh, Bac-Ninh, Langson et beaucoup d'autres villes devinrent des exemples d'ordre et de propreté.

Thế nhưng mà trước năm 1914 những hải-cảng *Nha-trang*, *Qui-nhơn*, *Hàn* và *Bến-thủy* vì có nhiều tàu bè đến luôn, nên đều được thịnh vượng cả. Ở cửa *Hàn* có việc buôn bán chè rất lớn và ở bến tàu *Vinh* có việc buôn bán gỗ. Đường xe lửa nối xứ *Bắc-kỳ* với tỉnh *Vinh*, nối tỉnh *Nha-trang* với xứ *Nam-kỳ*, nối tỉnh *Hàn* và *Đông-hà* với kinh-đô *Huế*. Con đường xe lửa từ *Đông-hà* đến *Vinh* đã nghiên-cứu rồi. Việc bưu-điện thì đã có đến bốn mươi nơi vừa tỉnh vừa đồn.

Công việc người *Pháp* làm ở xứ này không phải chỉ chuyên về đường vật-chất, nhất là về đường tinh-thần lại chuyên-trị lắm.

Về cái thời-kỳ thứ nhất đó, người *Pháp* đã dựng những viện khoa-học có giá-trị như viện *Bát-tơ* (Institut Pasteur) ở *Sài-gòn* và ở *Nha-trang*, trường *Viễn-đông-bác-cổ* đã được nhiều ông nho-học bản-xứ và cả thế-giới tôn-trọng.

Nhiều nhà bác-sĩ đã nghiên-cứu về lịch-sử, về dân-tộc, về tiếng nói, về động-vật, (¹) về thực-vật, (²) về sản-vật, đủ các thứ ở xứ này.

Nói tóm lại về năm 1914 nhờ về một số ít người *Pháp* mà toàn xứ bước lên con đường tiền-bộ. Lúc ấy có một việc xảy ra, nhiều người *Pháp* trong bọn trên này phải về nước, làm cho những người còn ở lại, trong năm năm trời, sợ hỏng mất cuộc tiền-bộ đang hoàn-thành kia.

Nhưng trong lúc này lại xảy ra việc trái hẳn với sự lo sợ ấy.

---

(1) Động-vật = tất cả những loài vật trong một xứ.

(2) Thực-vật = tất cả những cây cỏ của một xứ.

Mines de Charbon de Hongay : La nouvelle Centrale électrique au bord de la Baie de Halong.

Mỏ than Hòn-gai. Nhà máy điện mới ở bờ vịnh Hạ-long.

Hanoi — Le Petit Lac et le Fleuve Rouge. — Vue panoramique prise d'avion.
Hà-nội — Hồ Hoàn-kiếm và bờ sông Nhị-hà. — Ảnh chụp ở trên máy bay.

Les mêmes transformations eurent lieu en Annam avec quelque retard.
Néanmoins dès avant 1914 les ports de Nhatrang, Quinhon, Tourane et
Benthuy, fréquemment visités par les bateaux à vapeur, jouissaient d'une
grande prospérité ; Tourane faisait un grand commerce de thé, et Benthuy
de bois d'œuvre. Le chemin de fer reliait Vinh au Tonkin, Nhatrang à
la Cochinchine, Tourane et Dongha à Hué et la ligne de Dongha à Vinh
était étudiée. La poste et le télégraphe desservaient une quarantaine de
villes et de postes.

Mais l'œuvre française ne fut pas seulement matérielle, elle fut surtout
intellectuelle.

Des institutions scientifiques de grande valeur furent créées dès
cette première période: l'Institut Pasteur à Saïgon et Nhatrang ; l'Ecole
Française d'Extrême-Orient, si appréciée des lettrés annamites et du
monde entier. L'étude du pays, de son histoire, de ses peuples, de sa
langue, de sa faune, de sa flore, de ses ressources de toutes sortes,
fut entreprise par de nombreux savants.

Bref le pays tout entier était, en 1914, en bonne voie vers le progrès,
grâce au contact d'un petit nombre de Français. Un événement allait
survenir qui, rappelant en France une grande partie de ceux-ci, main-
tenant les autres dans l'anxiété pendant cinq ans, risquait de faire échec
à ce progrès.

Ce fut le contraire qui se produisit.

CHƯƠNG THỨ V

Sự thịnh vượng của xứ Đông-dương trong khi bên Âu-châu có việc chiến-tranh.

TRONG khi *Âu-châu* đại-chiến, nước *Pháp* và đồng-minh hết sức làm cho bên *Á-Đông* được thái-bình và thịnh-vượng.

Không có một dân-tộc nào ở ngoài dám xâm-chiếm bờ cõi *Đông-Dương*, những bọn giặc *Tàu* mon-men ở biên-thùy bị đánh đuổi cả. Âu-vương *An-nam* thấy trong nước mênh-mông rộng rãi của mình chỉ còn có 180 người lính *Pháp* canh giữ, nghe những người bàn luận sảng, định khôi-phục lại nước, tưởng là dễ lắm. Những quân-thần đều từ chối không theo, nên Âu-vương bị mất ngôi rồng. Trong năm năm trời lòng trung-thành của nhân-dân không hề thay đổi.

Tuy tất cả người *Pháp* đều tận-tâm cứu-quốc (¹) nhưng nước *Pháp* cũng xin cõi *Đông-Dương* giúp cho 120.000 lính thợ và 30.000 lính trận. Trong số 150.000 người đều mộ trong đám dân nghèo, vài năm về sau, lúc trở về nước nhà, đều khỏe-mạnh tráng-kiện, có tiền để dành, nhiều người lại học được cả nghề riêng.

Ở *Đông-dương*, lại phải làm cho bọn lính thợ đó có việc làm. Vì thế nên trong những xưởng của người *Pháp* đã dựng sẵn, hay là vì mục đích này mà mở thêm ra, lấy những lính thợ này vào làm việc. Trong bọn thợ này sau có người trở nên các ông chủ. Kể từ lúc đó sắp đi thì có nhiều xưởng và cửa hàng người bản-xứ mở ra như thợ may quần áo tây, thợ đóng giấy tây, người bán tạp hóa, người đóng hòm, thợ làm đồ ngựa, người bán đồ sắt. Trước khi có chiến-tranh thì ở *Hà-nội* không thấy có những hạng người này. Người trong xứ lại chế-tạo được những đồ cần dùng mà trước vẫn phải mua ở *Âu-châu*.

Nhờ về sự kiên-nhẫn và cách giậy dỗ có phương-pháp của những người quản-đốc Thương-mại bảo-tàng viện (Musée commercial) ở *Hà-nội* nên những người nhà quê *An-nam* thành ra những tay thợ tài khéo trong những nghề mới. Những người thợ tài khéo này khi về làng lại giậy cái nghề của mình học được cho những người khác. Nhiều nhà buôn của người *Pháp* ở đây mua đồ làm được của bọn người này đem sang *Âu-châu* bán. Thế là cái kỹ-nghệ ở gia-đình và ở trong làng được phát-đạt thịnh-vượng vậy.

---

(1) Cứu-quốc = cứu lấy nước mình.

Une décortiquerie à Soctrang (Cochinchine).
Một nhà máy xay thóc ở Sóc-Trang (Nam-Kỳ).

CHAPITRE V

La prospérité de l'Indochine pendant la grande guerre.

PENDANT la grande guerre, la France et ses alliés assurèrent en Extrême-Orient la paix et la prospérité.

Aucun peuple étranger n'attaqua l'Indochine ; des bandes chinoises furent aisément repoussées. Le jeune roi d'Annam, voyant que son vaste royaume n'était gardé que par 180 soldats français, écouta de mauvais conseils et tenta un coup, en apparence facile. Ses sujets refusèrent de le suivre ; il y perdit son trône. Dans les cinq pays ce fut le même loyalisme.

Mais la France, dont tous les hommes défendaient leur pays, demanda à l'Indochine 120.000 travailleurs et 30.000 soldats. Ces 150.000 hommes, recrutés parmi les plus pauvres, revinrent presque tous quelques années plus tard en très bonne santé, avec un pécule, la plupart ayant appris un métier.

Il avait fallu équiper ces hommes en Indochine. Pour cela les ateliers que les Français avaient déjà, ou créèrent dans ce but, formèrent de nombreux ouvriers, dont beaucoup sont devenus patrons à leur tour. De cette époque datent ces nombreux ateliers et boutiques indigènes de tailleurs, cordonniers, merciers, fabricants de malles, bourreliers, quincailliers, qu'on ne voyait pas à Hanoï avant la guerre.

En même temps le pays fabriqua lui-même pour les besoins locaux beaucoup de choses qu'on faisait venir autrefois d'Europe.

Về năm 1918 ở *Hà-nội* mở ra cuộc hội-chợ hàng năm. Cuộc hội-chợ này làm cho nhiều người biết sự tiến-bộ của những thợ tài khéo *An-nam* và *Cao-mên* và lại là một việc khuyến-khích cho thợ thuyền vậy.

Về dịp *Âu-châu* đại-chiến, người *Pháp* ở đây tuy ít nhưng cũng mở ra nhiều xưởng kỹ-nghệ mới. Những xưởng kỹ-nghệ này tuy chưa được hoàn-thành tất cả, nhưng cũng đủ gây thành bọn thợ giỏi bản-xứ. Trong mấy năm về sau nhiều người *An-nam* làm những việc thầu khoán rất quan-trọng.

Nhiều người *An-nam* chiếm được những nghề rất lợi như việc dẫn-thủy nhập điền, làm đường sá và xây những công sở. Những công việc này cần phải có nhiều tiền thì người *An-nam* đã nhờ được những nhà ngân-hàng của người *Tây* giúp đỡ.

Bắt đầu từ thời-kỳ đó hạng trung-lưu *An-nam* xem ra là một hạng người quan-trọng trong xứ. Ngày xưa thì làm gì có cái hạng người trung-lưu ấy đứng ở giữa, dưới thì hạng nhà quê, bị ngăn cấm không được làm giàu, trên thì hạng nhà nho và quan-trường, rất khinh-bỉ nghề làm bằng tay, thương-mại và kỹ-nghệ.

Ngày nay nhân-dân biết quý trọng nghề-nghiệp và biết su-hướng về đường buôn-bán. Việc chế nghĩ ra việc gì mới lạ và làm việc gì thành lập đều được ân thưởng. Vì thế nên đã thấy nhiều người *An-nam* thông-thái có thể đóng một vai trong đám quan-trường, ra đứng đầu những nhà buôn bán hay là những xưởng kỹ-nghệ to.

Nhất là *ở Hà-nội* lại mới sản ra một hạng tiểu-trung-lưu rất đông-đúc như người bán tạp-hóa, thợ nguội, thợ húi tóc, thợ đóng giấy, thợ thêu, người bán hàng cơm tây, người thầu khoán, người vận-tải, thợ trồng răng, thợ chụp ảnh, vân vân.

Hạng tiểu-trung-lưu này là cái chứng cớ tỏ ra rằng nhân-dân rất là cần-mẫn trong việc làm ăn. Hạng tiểu-trung-lưu này cần-kiệm, xây nhà cửa, tậu ruộng-nương và có tiền gửi nhà ngân-hàng nữa. Thật là một cái sức mạnh cho sự trật-tự của xã-hội, vì rằng trong xứ mà thái-bình thì những người ấy đều được hưởng lợi-lộc cả.

Trên hạng tiểu-trung-lưu này có một hạng trung-lưu, ngày xưa ở xứ này cũng không có, là hạng đứng vào giữa hạng tiểu-trung-lưu và phái nhà nho.

Hạng trung-lưu này là những tham-tá chuyên-môn, những kỹ-sư học ở *Pháp* về, những chủ đồn-điền và những thực-dân theo gương người *Tây*, những người buôn tầu, những nhà kỹ-nghệ quản-đốc những nhà máy tối-tân.

Hạng trung-lưu này hưởng tiền của của mình chẳng sợ hãi như xưa, lại được Chính-phủ tôn-trọng. Hạng này lại đại-diện cho nhân-dân

Le Musée Commercial de Hanoï, avec patience et méthode, transforma des paysans annamites en artisans habiles dans des métiers nouveaux. Ces artisans, rentrés au village, y ont enseigné à d'autres le métier qu'ils avaient appris et, comme les maisons françaises leur achetaient leurs produits pour les envoyer en Europe, l'industrie familiale et villageoise prit un grand essor.

En 1918 fut créée la Foire Annuelle de Hanoï, qui fit connaître les grands progrès réalisés par les artisans annamites et cambodgiens et fut pour ceux-ci un nouvel encouragement.

D'autre part les Français, malgré leur petit nombre, créaient de nouvelles industries à l'occasion de la guerre. Toutes n'ont pas réussi mais toutes ont servi à former de bons ouvriers annamites. Aussi, dans les années qui suivirent, on a vu des Annamites créer à leur tour des entreprises importantes.

Cette mainmise des Annamites sur des professions lucratives, mais qui demandent des capitaux, a été favorisée par les grands travaux d'irrigation, de routes et de construction d'immeubles administratifs et par l'aide des banques européennes.

Depuis cette époque, la bourgeoisie annamite a commencé à prendre de l'importance. On ne connaissait pas autrefois cette classe intermédiaire entre les paysans, à qui il était défendu de s'enrichir, et la classe des lettrés et mandarins, pleins de mépris pour le travail manuel, le commerce et l'industrie.

Aujourd'hui le travail manuel est respecté et le commerce encouragé. L'initiative et le succès sont récompensés ; on voit à la tête d'entreprises commerciales ou industrielles des hommes instruits, qui auraient pu entrer dans la carrière mandarinale.

Il s'est déjà développé, surtout à Hanoï, une classe nombreuse de petits bourgeois : merciers, mécaniciens, cordonniers, brodeurs, entrepreneurs de travaux et de transports, dentistes, photographes, etc.

Cette petite bourgeoisie fait preuve d'une grande activité au travail. Elle économise, construit des maisons confortables, a des rizières et de l'argent à la banque ; c'est une force pour l'ordre social, car tous ces gens ont intérêt à ce que règnent la paix et la tranquillité.

Au-dessus se remarque une bourgeoisie supérieure, également inexistante autrefois, intermédiaire entre la petite bourgeoisie et les lettrés proprement dits : agents techniques et ingénieurs formés en France, planteurs et colonisateurs à l'instar des Européens, armateurs maritimes, industriels dirigeant des usines modernes.

Toute cette classe bourgeoise jouit sans crainte de sa fortune, de la considération de l'Administration ; elle est représentée dans les assemblées purement indigènes et dans les assemblées mixtes, comme

trong những hội-đồng tuyển người bản-xứ họp và trong những hội-đồng có lẫn cả người *Tây* họp, như phòng Thương-mại và hội-đồng thành-phố. Sự hoán-cải ấy nhất là từ năm 1914 đến ngày nay có nhiều hiệu quả hay, làm ngăn ngừa được việc phiến-loạn của một vài gã thiếu-niên không từng-trải việc đời và khờ-dại gây ra. Nếu họ gây ra sự phiến-loạn ấy với những kẻ không từng-trải việc đời bằng họ và khờ dại hơn họ thì may ra việc mới thành công.

Trong khi bên *Âu-châu* chinh-chiến, người *Pháp* ở *Đông-dương* rất ít mà không nản lòng ngã trí lại đem nghị-lực ra làm việc đến nỗi cái kết quả trong các giới đều được phi thường cả. Sự tiến-bộ ở *Đông-dương* là sự tiến-bộ một xứ được hưởng sự thái-bình.

Quan toàn-quyền *Sa-Lộ* rất chú-ý đến việc học trong xứ và đến việc giữ gìn sức khỏe cho nhân-dân.

Thi hương chỉ còn đến năm 1915 thôi, và việc bãi thi hương là Chính-phủ *Pháp* theo như lòng yêu-cầu của người *An-nam*. Từ trước đến khi đó Chính-phủ *Pháp* không muốn xâm-phạm đến sự kiến-thiết (1) cổ ấy ở xứ này.

Việc đem nền giáo-dục theo mẫu mực Tây-phương thay vào nền giáo-dục cổ thật là khó khăn lắm vậy.

Như việc mở ra những trường đại-học trước khi dạy cho nhiều trẻ biết những điều sơ-lược về khoa-học thì rất là nguy-hiểm. Lại có nhiều người muốn rằng việc dạy học chữ *Pháp* phải phổ-thông cho cả mọi người. Việc này có lẽ đến nhiều đời nữa mới có hiệu quả hay. Lại có nhiều người khác muốn rằng việc dạy những điều kiến-văn sơ-lược nên dùng tiếng thông-thường trong quốc-dân song cái tiếng này dùng vào nền học tối-tân chưa được đủ cho lắm.

Việc do-dự này đã làm chậm những kết-quả hay và làm cho nhiều người không có lòng kiên-nhẫn phẩm bình.

Trường Cao-đẳng ở *Hà-nội* tổ-chức lại. Hai trường thuộc vào trường Cao-đẳng như trường Công-chính và trường Thuốc, tuy số học-sinh hàng năm lấy vào ít nhưng cũng đã có nhiều kết-quả hay.

Khi quan toàn-quyền *Sa-lộ* còn trọng-nhậm xứ này, những trường sư-phạm để đào-tạo giáo-học và những trường dự-bị dạy các học-sinh vào trường Cao-đẳng có một cái kết-quả rất hay.

Cũng nhờ được quan toàn-quyền ấy mà ở *Hà-nội* có một trường Trung-học Tây (Lycée de Hanoi), trường này có thể so-sánh với những trường rất đẹp ở bên *Pháp* cũng chẳng kém gì.

---

(1) Kiến-thiết = lập ra, dựng ra.

les Chambres de Commerce et les Conseils Municipaux.

Ce changement, qui s'est surtout produit de 1914 à nos jours, rend impossibles les troubles que l'inexpérience et la naïveté de quelques jeunes gens produiraient, s'ils n'avaient à faire qu'à plus inexpérimentés et plus naïfs qu'eux-mêmes.

Non seulement les rares Français restés en Indochine pendant la guerre ne perdirent pas courage mais ils mirent tant d'énergie au travail que les résultats furent remarquables dans tous les domaines. Les progrès de l'Indochine furent ceux d'un pays jouissant d'une paix profonde que rien ne menace.

M. le Gouverneur Général

Un savant Cochinchinois :
Pétrus Truong-vinh-Ky.
Một nhà bác-học Nam-kỳ :
Ông Pétrus Truong-vinh-Ký.

Sarraut s'intéressa vivement à l'instruction et à la santé publique.

Les concours littéraires eurent lieu jusqu'en 1915 et ne furent alors supprimés que sur la demande des Annamites. Jusque là l'autorité française n'avait jamais voulu porter atteinte à cette vieille institution du pays. Cependant le remplacement de l'instruction traditionnelle par une instruction basée sur l'exemple occidental offrait des difficultés.

D'une part il était dangereux de créer de grandes écoles avant d'avoir d'abord instruit un grand nombre d'enfants dans les sciences élémentaires, d'autre part beaucoup voulaient l'enseignement du français pour tous, chose qui demanderait plusieurs générations ; d'autres voulaient l'enseignement en langue vulgaire pour les connaissances élémentaires ; or la langue populaire se prête encore mal à un enseignement moderne.

Ces hésitations ont retardé les résultats et causé des critiques de la part de gens impatients. L'Université de Hanoi fut réorganisée. Deux des écoles qui la composent, celle des Travaux Publics et l'Ecole de médecine, ont déjà donné d'heureux résultats, malgré le très petit nombre d'élèves qui s'y présentent chaque année.

Les Ecoles Normales pour la formation d'instituteurs et les Ecoles

Một nhà máy cao-su ở Nam-kỳ.

Về việc đề-phòng bệnh-tật cho công-chúng, Chính-phủ cũng chú-ý lắm. Chính về thời-kỳ ấy, một nhà thương chữa mắt mở ra ở *Hà-nội.* Bệnh đau mắt thật là một vết thương cho cõi *Đông-Dương* này vậy. Cái y-viện mới này mở ra mục-đích để dậy cho tất cả mọi người thành ra những viên thầy thuốc bản-xứ sau này biết cách-thức chữa bệnh đau mắt cho nhân-dân.

Tuy số kỹ-sư ở đây rất ít nhưng những công việc to tát làm cũng rất là nhanh chóng. Về thời-kỳ ấy Chính-phủ cũng đã hết sức mở mang đường sá. Chính-phủ cho sửa sang và lát đá con đường quan-lộ giải 2400 ki-lô-mét, nối bờ cõi nước *Tàu* đến bờ cõi nước *Xiêm*, và cho bỏ thầu làm rất nhiều cầu cống. Vì thế nên xe ô-tô càng ngày càng nhiều thêm ra, và những người nhà quê nhiều lúc có thể chở hàng hóa bằng xe bò thay cho sự gồng gánh.

Bọn thực-dân *Pháp* hết sức mở-mang việc trồng giọt nhất là việc trồng cao-su. Việc trồng cao-su ngày nay thật là một mối lợi rất lớn của xứ *Nam-kỳ.* Ngày nay xứ *Nam-kỳ* hàng năm sản được 7000 tấn cao-su, giá bán bằng giá 140.000 tấn gạo.

Trong khi chiến-tranh thì những mỏ và những nhà máy ở *Bắc-kỳ* cũng được khuếch-trương ra nhiều.

Sự tiến-bộ xứ *Cao-mên* từ trước đến khi đó hình như không tiến. Xứ *Cao-mên* cũng bắt đầu mở-mang đường sá, việc trồng giọt và kỹ-nghệ bông và lụa cũng mở-mang hơn trước nhiều.

Sau nữa thì cũng về lúc ấy những đường-sá ở xứ *Lào* mở mang ra nhiều. Những con đường này sắp làm cho xứ *Lào* giầu có thêm lên và làm cho hàng nghìn gia-đình *An-nam* có thể mua tậu đất cát và buôn bán rất là thịnh-vượng.

pour l'enseignement préparatoire à l'Université reçurent sous le Gouvernement de M. Sarraut une grande impulsion.

C'est aussi à ce gouverneur général qu'est dû en particulier le Lycée de Hanoi, comparable aux plus beaux de France.

La question de la santé publique n'a pas été négligée. C'est pendant cette période que fut créé à Hanoi l'*Institut ophtalmologique*, c'est-à-dire pour les maladies d'yeux, qui sont une plaie de l'Indochine. Le nouvel institut a aussi pour but d'enseigner à *tous* les futurs médecins les soins à donner aux yeux.

Malgré le petit nombre des ingénieurs les grands travaux n'ont pas été ralentis. On a fait pendant cette période un effort énorme sur les routes. La Route Mandarine, longue de 2400 km. et qui réunit la frontière de Chine à celle du Siam, fut entreprise et un très grand nombre de ponts construits. Dès lors les automobiles se multiplièrent et les villageois purent en bien des cas remplacer le portage par la charrette à bras.

Les colons restés à la tête de leurs entreprises développèrent leurs cultures, surtout celle du caoutchouc, aujourd'hui source de grande richesse pour la Cochinchine. La production actuelle du caoutchouc, 7.000 tonnes, équivaut déjà comme valeur à plus de 140.000 tonnes de paddy.

Au Tonkin ce fut aussi pendant la guerre que les mines et les usines prirent un très grand développement.

Le Cambodge, qui était resté jusque là presque stationnaire, commença la construction de son magnifique réseau routier, intensifia ses cultures et ses industries du coton et de la soie.

Enfin c'est alors que furent entreprises les routes qui vont permettre au Laos de se développer et de fournir à des milliers de familles annamites la possibilité d'acquérir des terres et de faire un commerce rémunérateur.

La Foire de Hanoï et le Musée commercial.
Hội chợ Hà-nội và Thương-mại Bảo-tàng-viện.

CHƯƠNG THỨ VI

Phong tục được thuần.

TRONG chương thứ ba chúng tôi đã nói đến một vài việc về phong-
tục. Những việc ấy tỏ ra một sự độc-ác và tàn-nhẫn, ngày nay
ta nghe thấy phải mệch lòng. Những người gần sáu mươi tuổi
chắc cũng còn nhớ đến những việc này. Các ông già có thể lấy
những việc ngày trước so sánh với những việc ngày nay mà giậy bảo
con cháu thì rất là ích lợi vậy.

Lúc đầu khi người *Pháp* mới đến chiếm-lĩnh xứ này thì sự dùng roi
vọt để chừng phạt hãy còn thấy có, ngày nay đến việc xử kiện ở nơi
tòa án cũng không dùng đến roi nữa. Người trên đối đãi với những
người tùy thuộc mình rất là tử tế không phải dùng đến roi vọt, mà
những người tùy-thuộc cũng vui lòng vâng lời người trên. Những viên
quan nhỏ khi nói với quan trên, không phải quỳ xuống đất. Một viên
quan nhỏ có thể đứng đối diện nói với một viên quan to người *Pháp*
chẳng hề chi cả. Trong ngạch binh, những lính tráng được lương bổng
hậu, được ăn mặc và có chỗ ở tử tế. Quan trên đối đãi binh lính rất là
từ-tốn và không lấy roi vọt đánh lính bao giờ. Thế mà những binh lính
lại tận tâm hơn và có lễ phép hơn những binh lính ngày xưa vậy.

Xem như trên thì chúng ta đã biết rằng vua *Gia-long* đối với bọn
Tây-sơn độc ác là thế nào rồi. Ấy là cái phong-tục về thời đó, mãi về
sau có người đối với vua phạm lỗi mà cả nhà bị xử tử. Lúc đầu, khi
nước *Pháp* mới can-thiệp vào việc xứ này, vì nước *Pháp* không muốn
giữ xứ *Bắc-kỳ* nên mới trả lại cho triều-đình *Huế*. Khi người *Pháp* đi rồi,
triều-đình *Huế* sai giết hàng nghìn người *An-nam* đã tiếp-đãi tử-tế
người *Pháp*.

Các bạn thiếu-niên thử so-sánh việc độc-ác ấy với cái thuần-phong
mỹ-tục của người *Pháp* đem lại xứ này.

Ba ông vua *An-nam* đã cố sui-dục nhân-dân đánh lại nước *Pháp*. Ba
ông vua ấy ngày nay đều bị đi đầy một cách rất sung sướng, đầy ở
những thuộc-địa có tiếng là đẹp đẽ và khí hậu rất tốt. Những tướng cướp
chứ không phải là những nhà ái-quốc (1) như *Đề-thám* và *Đốc-tít*,
thường đã chống cự một cách rã-man với nước bảo-hộ. Mấy người con
gái của hai tướng này đã được nước *Pháp* nuôi nâng cho rất là tử-tế.

---

(1) Ái-quốc = có lòng yêu nước.

Hanoi — Autocars en station.   Hà-nội — Xe máy đỗ.

CHAPITRE VI

L'adoucissement des mœurs.

Nous avons cité dans le chapitre III quelques traits de mœurs, dé-
notant une cruauté et une brutalité qui nous choquent aujour-
d'hui. Cependant beaucoup d'hommes, qui n'ont pas encore
soixante ans, en ont le souvenir. Ceux-là peuvent faire pour
l'instruction de leurs petits enfants d'intéressantes comparaisons.

L'usage du rotin, si répandu encore au début de l'occupation française,
a disparu, même des tribunaux. Chacun traite avec bonté ses subor-
donnés et nous voyons néanmoins que ceux-ci obéissent aussi bien. Ils
ne se prosternent plus par terre pour parler à leurs supérieurs et le plus
petit mandarin peut parler au plus grand chef français debout et en le
regardant en face. Dans l'armée les soldats bien payés, bien habillés,
bien logés, sont traités avec douceur par leurs chefs et ne reçoivent
jamais de coups ; cependant ils sont beaucoup plus dévoués et plus
respectueux que les soldats d'autrefois.

On sait combien Gia-Long fut cruel vis-à-vis des chefs Tayson.
C'était dans les mœurs de l'époque ; longtemps encore l'on vit, pour une
offense envers le prince, une famille massacrée toute entière. Au début
de l'intervention française, lorsque la France, peu désireuse de garder le
Tonkin, rendit le pays et ses citadelles à la Cour de Hué, celle-ci fit mas-
sacrer par milliers les Annamites qui avaient bien accueilli les Français.

Comparez cette cruauté avec la douceur des mœurs introduites par
ceux-ci.

Trois rois d'Annam ont essayé de soulever le pays contre la France.
Tous les trois vivent aujourd'hui dans un exil doré, dans les colonies
réputées les plus belles et les plus salubres. Des chefs rebelles, plus
pirates que patriotes, comme le Dé-Tham et le Dôc-Tit, ont lutté,
souvent d'une façon barbare, contre la nation protectrice ; leurs filles ont
été élevées honorablement aux frais de la France.

Lại mới đây có một nhà nho bị tòa-an sử là đã âm-mưu đánh lại nước *Pháp* và đã là vai chủ-động trong việc ám-sát mấy viên quan võ *Pháp*, thì cũng được Chính-phủ bảo-hộ ân-xá cho về xứ-sở ở. Năm mươi năm về trước, nếu một việc như thế xảy ra, theo luật *An-nam* thì ông nhà nho ấy cùng gia-quyến bị xử-tử cả. Về việc này, người *An-nam* nhờ được cái thuần-phong của *Âu-châu* vậy.

Ngày nay trong phong-tục ở dân-chúng hãy còn nhiều tục thô-kệch lắm, nhờ về cái ảnh-hưởng của tư-tưởng *Âu-châu* mà những tục này cũng mất dần đi. Vì vậy nên sự ngoại-tình cũng không bị trừng-phạt một cách độc-ác như ngày xưa. Nhiều sự độc-ác sinh ra là vì sự tín dị-đoan, ví như việc không dám cứu một người bị nạn chết đuối. Những sự độc-ác này nay đã tiêu-diệt đi nhiều, là vì người *Tây* cho là một cái gương rất xấu. Như về tháng năm năm 1926 những nhựt-trình đã đăng tin rằng mấy người lính *An-nam* ở *Lạng-sơn* đã nhảy xuống sông hết sức cứu một người sắp bị chết đuối.

Sự vất bỏ những đứa hài-nhi yếu-ớt hay là hình-dạng xấu-xa thì nay rất là hiếm có.

Phong-tục người *An-nam* tuy có vài việc người phương *Tây* lấy làm không ưng ý, nhưng cũng còn nhiều việc khác tỏ ra rằng người *An-nam* có một nền văn-minh hoàn-hảo vậy. Người *Tây* rất lấy làm tiếc là thấy những cái mỹ-tục ấy cứ mất dần đi.

Dân-tộc Anh-đô-nê-diên.

Trong những dân-tộc *Anh-đô-nê-diên* ở về phía *Nam* xứ *Trung-kỳ* thì có người *Mọi* là tính-chất khác hẳn. Dân *Mọi* rất là rã-man, làng nọ đánh nhau với làng kia rất là kịch-liệt, và họ cướp người làm nô-lệ một cách rất gớm ghê. Khi người *Pháp* đến đô-hộ thì mới trị hết được những tục mọi-rợ ấy.

Trong xứ vốn hoang-vu, nhân-dân lại có tính ghen-ghét độc-ác, nên làm chậm cái công-phu khai-hóa của người *Pháp*. Cái công-phu ấy ngày nay đã tiến-bộ rất nhanh. Có nhiều quan cai-trị, nhiều ông cố đạo và nhiều viên quan võ *Pháp* có lòng đại-độ, đã liều mình làm cho những dân-tộc ấy ra ngoài chốn rã-man.

Người *Pháp* trong bốn mươi năm đã hết sức tìm cách để am-hiểu dân-tình và tìm cách trị-an. Công việc tuy chậm-chạp và khó-khăn nhưng đã về thành đường, ngày nay ta chỉ mất công hái quả. Những cái quả này rất là đẹp-đẽ, vì trong sự hái quả này vừa là nghĩa-vụ phải làm, vừa là tình nhân-loại bắt buộc, lại thêm có cả lợi-lộc nữa. Bọn thực-dân đã để tâm chú ý đến những vùng đất phì-nhiêu này. Công việc mở mang đường lối và sự trồng-giọt của bọn thực-dân ở miền này cũng

Récemment encore un lettré, condamné après un jugement régulier, pour avoir conspiré contre la France et causé le meurtre d'officiers français, a été gracié par le Gouvernement et autorisé à vivre dans son pays. — Cinquante ans auparavant, il eût été, selon les lois d'Annam, livré au bourreau avec toute sa famille.

En ceci les Annamites profitent d'un grand adoucissement des mœurs d'Europe.

Il reste encore des coutumes brutales qui disparaissent peu à peu sous l'influence des idées occidentales. C'est ainsi que l'adultère n'est plus puni, comme jadis, de peines atroces. Certaines cruautés. dues souvent à des superstitions, comme le refus de porter secours à un homme en danger de mort, ont tendance à disparaître, en raison du scandale qu'en éprouvent les Européens. C'est ainsi qu'en Mai 1926 les journaux signalaient qu'à Lang-son des soldats annamites s'étaient jetés à l'eau pour chercher à sauver un homme qui se noyait.

De même se raréfie l'abandon des petits enfants, nés malingres ou difformes.

Mais s'il y avait dans les mœurs et coutumes annamites des faits qui choquaient les Européens, il y en a davantage qui dénotent une civilisation délicate et qu'on regretterait de voir disparaître.

Il en est tout différemment parmi ces peuplades indonésiennes du Sud-Annam, les Moïs. Là, c'est à la plus atroce barbarie, aux luttes sanglantes entre villages, à l'horrible chasse à l'esclave que la domination française a mis fin.

La nature sauvage du pays, l'hostilité farouche des habitants a longtemps retardé cette œuvre de civilisation, qui de nos jours progresse avec rapidité et plusieurs administrateurs, missionnaires et officiers français de grand cœur, ont fait le sacrifice de leur vie pour tirer ces peuples misérables de leur barbarie.

Cet effort lent et pénible de pénétration et de pacification a pendant quarante ans préparé la voie et nous en récoltons aujourd'hui les fruits magnifiques. Au sentiment de devoir et d'humanité est venu se joindre l'intérêt. L'attention des colons a été attirée sur ces terres riches et il s'est trouvé que les efforts nécessaires pour en faciliter l'accès et la culture, profitaient en même temps à l'œuvre de pacification et de civilisation. Les Moïs se sont rendu compte des avantages de la paix et de l'ordre, du commerce et du travail régulier ; aujourd'hui c'est avec la plus grande bonne volonté qu'ils apportent leur concours à l'Administration pour ses travaux de routes et aux colons pour des entreprises de grande culture.

Au cours des années 1925 et 1926 de nombreuses tribus ont fait leur soumission au milieu de fêtes et réjouissances.

Au Kontoum, sous l'influence des colons et fonctionnaires français, les

giúp vào việc trị-an và vào việc khai-hóa nhân-dân vậy. Dân *Mọi* đã biết những sự hữu-ích của sự thái-bình và trật-tự của việc buôn bán và làm ăn có mực thước. Vì vậy nên ngày nay dân *Mọi* biết vui lòng giúp Chính-phủ vào việc mở-mang đường sá và giúp bọn thực-dân vào việc trồng-giọt.

Vào trong năm 1925 và năm 1926 có nhiều bọn *Mọi* mở hội ăn mừng xin tùng-phục. Ở *Công-tum* (Kontoum) nhờ cái quyền-thế của bọn thực-dân và quan-lại *Pháp* ở miền này nên người *An-nam* được trả công cao, đã kéo đến rất nhiều. Dân *Mọi* càng ngày càng quen cái cách sinh-hoạt thái-bình mới mẻ ấy nên họ làm ăn với người *An-nam* rất là thân-ái, buôn bán cùng nhau và giao-thiệp với nhau một cách êm-đềm.

Như trong khoảng mươi năm vừa qua đây ở giáp giới tỉnh *Công-tum* với tỉnh *Bình-định* đã sinh ra nhiều việc lưu-huyết (1), người *Mọi* giết người *An-nam* ở những làng giáp-giới để báo thù những việc làm bậy của một vài kẻ phiêu-lưu.

Cái miền *Mọi* này trước kia dân-cư khổ sở, giết chóc lẫn nhau, lại là nơi ghê-gớm cho kẻ tin dị-đoan và thường xảy ra huyết-chiến (2), nay sắp thành ra một miền phong-phú trong những miền phong-phú nhất ở *Đông-Dương*. — Những thực-dân *An-nam* phá hoang những vùng đất mênh-mông, ra sức cấy cày thành những đồng ruộng phì-nhiêu. Còn dân *Mọi* thường hay nói rằng họ thích làm việc với các anh da trắng.

---

(1) Việc lưu-huyết = việc đánh nhau kịch-liệt, đến nỗi chảy máu chết người.
(2) Huyết-chiến = đâm chém nhau.

Les soins aux yeux.
Những sự giữ gìn trông nom về mắt.

Hanoï : La Clinique St Paul.
Hà-nội: Nhà thương Saint-Paul.

Annamites, attirés en grand nombre par les gros salaires, et les Moïs, de plus en plus familiarisés avec cette vie nouvelle plus paisible et moins aléatoire, travaillent côte à côte, trafiquent entre eux et se fréquentent pacifiquement. Or, il y a dix ans à peine c'étaient encore, aux confins du Kontoum et du Binh-Dinh, des luttes sanglantes, les Moïs massacrant les Annamites des villages frontières pour se venger des méfaits de quelques aventuriers.

Cette région, où règnaient la misère et le crime, la terreur superstitieuse et les luttes sanglantes, est en train de devenir une des plus riches de l'Indochine. D'immenses terrains propres à l'établissement des rizières s'y offrent à la colonisation annamite ; les Moïs préfèrent, comme ils disent, *travailler avec les frères blancs.*

Luang Prabang : Un pavillon de l'hôpital.
Luang-Prabang. Một nhà nghỉ mát & nhà thương.

<h1 style="text-align:center">CHƯƠNG THỨ VII</h1>

Sự tiến bộ vật chất tự năm 1918.

Bảy năm đã qua từ khi hết cuộc đại-chiến, nước *Pháp* đã thiệt-hại rất nhiều. Tuy vậy mà nước *Pháp* vẫn mở mang về đường thuộc-địa. Từ khi đó cõi *Đông-dương* bước vào một cái thời-kỳ thịnh-vượng.

Từ xưa đến nay không khi nào sự thái-bình lại lan khắp trong cõi và ở ngoài biên-thùy như vậy.

Ở ngoài thì cõi *Đông-Dương* nhờ được cuộc hòa-hợp của năm cường-quốc (1) liên-lạc với nhau, là nước *Pháp*, nước *Anh*, nước *Nhật*, nước *I-ta-li* và nước *Hoa-kỳ*.

Lại gần đây, năm 1925 chính-phủ *Đông-Pháp* đã ký tờ giao-hiếu với nước *Xiêm*. Còn như nước *Tàu*, dù trong nước có nội-loạn (2) cũng không xâm-phạm đến bờ cõi xứ này. Chỉ có đường xe-hỏa của người *Pháp* chạy *Vân-Nam* ở trong cái xứ khốn nạn ấy là được vô sự và vẫn chạy như thường mà thôi.

Ở trong, thì ta nhận được rằng những dân-tộc khác nhau trong cõi *Đông-Dương* ăn ở với nhau rất là hòa-khí. Bọn *Mi-ao* là những sơn-nhân hay quấy rối, năm 1920 và năm 1921 đã nhũng-nhiễu xứ *Lào* thì đã bị chừng-trị rồi. Thế nhưng mà họ được người *Pháp* lấy tình nhân-loại đối đãi thì nay họ đã thành ra những người dân hữu-ích. Người *Mọi* xin tùng-phục rất nhiều, nên đã bỏ cả những tạp-tục rã-man.

Ở nơi đồng bằng, dân-cư đông-đúc, trộm cướp cũng ít, vì nhân-dân có thể làm lụng mà sinh-nhai. Ở những nơi tỉnh thành đô-hội thì những tội-phạm cũng hiếm có.

Đã nhiều đời không bao giờ nhân-dân lại được thịnh-vượng về đường vật-chất như ngày nay.

Thật vậy, sự tiến-bộ về đường tinh-thần quan-trọng hơn sự tiến-bộ về đường vật-chất. Thế nhưng mà sự tiến-bộ về đường vật-chất cũng

---

(1) Cường-quốc = nước có thế lực mạnh.
(2) Nội-loạn = người trong đánh giết lẫn nhau.

Un grand magasin annamite à Hanoï: Vu-Van-An.
Một hiệu buôn bán An-nam to ở Hà-nội : hiệu Vũ-Văn-An.

CHAPITRE VII

Les progrès matériels depuis 1918.

SEPT années sont passées depuis la fin de la grande guerre, qui a coûté à la France tant de sacrifices mais ne l'a pas arrêtée dans son œuvre coloniale. Depuis, l'Indochine est entrée dans une période de grande prospérité. Plus que jamais la *paix* règne à l'extérieur et à l'intérieur.

A l'extérieur l'Indochine profite de la bonne entente qui unit les cinq plus puissantes nations : la France, l'Angleterre, le Japon, l'Italie et les Etats-Unis.

Plus près de nous un traité d'amitié a été signé en 1925 avec le Siam. Quant à la Chine, au moment même de ses plus grands désordres, elle a respecté nos frontières. La ligne française du chemin de fer du Yunnan est la seule de tout ce malheureux pays, qui soit en bon état et fonctionne régulièrement.

A l'intérieur nous constatons entre les divers peuples d'Indochine la paix la plus complète. Les Miaos, ces montagnards turbulents, qui avaient en 1920 et 1921 causé des troubles au Laos, ont reçu une bonne leçon ; néanmoins, traités avec humanité et justice, ils sont maintenant tout disposés à devenir des sujets utiles. Les Moïs se soumettent en grand nombre, abandonnant leurs coutumes barbares. Peu de piraterie dans les deltas surpeuplés, où tout le monde peut gagner sa vie par le travail, peu de crimes dans les villes.

Jamais, depuis des générations, la population n'a connu une prospérité matérielle comme celle dont elle jouit actuellement.

Le progrès moral, certes, importe plus que le progrès matériel. Cependant celui-ci nécessite des qualités : initiative, travail, ordre, qui

phải có những đức-tính như : sáng-kiến (1), cần-cù (2) và thứ-tự. Những đức-tính này là cái gốc của sự tiến-bộ về đường tinh-thần vậy. Vậy ta cũng đừng nên khinh thường một cái thời-kỳ mà những dân hèn cũng được thảnh-thơi và được sinh-nhai trong cái cuộc đời tốt đẹp hơn trước.

Sự thảnh-thơi mới-mẻ này ở nơi nào cũng phô bày ra trước mặt ta.

Này như một cái làng ở Bắc-kỳ, ngày xưa chỉ tuyền những nhà lá, không kể cái đình làng và cái chùa bằng gạch. Người giầu trong làng không dám phô bầy của cải. Làng thì ẩn vào trong những bụi tre kín mít.

Ngày nay thì người ta thấy trong làng san-sát nhà gạch, thường có một con đường lát đá chạy giải đến nhà ga gần đấy, hay là đến đường cái. Những đường trong làng đều lát gạch. — Dân làng mở hội rất là linh-đình trọng-thể. Tuy dân mở hội thế mà công quỹ trong làng giữ gìn rất cẩn-thận nên cũng giúp vào một phần trong việc dựng nhà trường, mở nhà thương và việc làm cho dân có đủ nước tốt để ăn uống. Người ta lại thấy nhiều làng to đặt cả máy lấy nước vào ruộng nữa.

Nhiều làng mới lập-thành ở về những con đường cái ở gần các ga. Ở những làng này cứ đến chiều thì thấy nhiều xe bò để từng dẫy dài. Những xe bò này sáng hôm sau trở đi các ngả những đồ hàng nặng bằng năm gánh hàng mà khi xưa một người gánh rất là vất vả.

Dân-sự lại nhờ được có nhiều ô-tô hàng chở khách, nên ra tỉnh hay là đi chợ xa bán hay mua hàng rất là nhanh chóng và rẻ.

Xe-hỏa chạy nhanh chóng và luôn luôn, nhiều chuyến đỗ lại nhiều chợ to.

Ở nơi nào người ta cũng thấy xây lại hay là sửa lại đình làng và chùa làng. Những làng theo đạo Thiên-chúa xây những cái nhà thờ cũng to đẹp bằng những cái nhà thờ của những làng phong-phú nhất bên Pháp.

Nhiều làng được thịnh-vượng là nhờ sự quản-trị những lợi-tức trong làng có thứ-tự và là nhờ những phương-pháp tối-tân về cách đạc-điền (3). Những phương-pháp này giúp cho người nhà quê cách đo ruộng rất nhanh chóng và không tồn như cách đo khi xưa vừa lâu và vừa mất nhiều tiền. Nhờ về những phương-pháp ấy nên những điền-chủ có chứng-chỉ nhận-thực ruộng đất của mình, có thể mang chứng-chỉ này cầm lấy tiền mặt lãi rất nhẹ, mà không phải xin nhiều giấy má nhận-thực lôi thôi. Như vậy nên không có người nào muốn ẩn-lậu tài-sản của mình để tránh sự đóng thuế không lấy gì làm nặng cho lắm.

---

(1) Sáng-kiến = sự nghĩ ra việc mới lạ,
(2) Cần-cù = chăm chỉ làm ăn.
(3) Đạc-điền = đo ruộng

sont aussi à la base du progrès moral. Ne méprisons donc pas une époque où le bien-être permet aux plus humbles de vivre une vie plus belle.

Ce bien-être nouveau s'offre partout aux yeux.

Voici le village tonkinois. Jadis, à part la maison commune et les pagodes, il n'y avait que de pauvres paillotes ; les riches n'osaient laisser voir leur richesse ; le village s'enfermait derrière l'impénétrable baie de bambous. Aujourd'hui on y voit de belles maisons de briques, couvertes de tuiles ; souvent une route empierrée le relie à la gare voisine ou à la grand'route ; des ruelles dallées le traversent. Les fêtes y sont toujours célébrées avec éclat, mais le budget communal, établi avec soin, fait aussi une part pour l'école, l'infirmerie, l'eau potable ; on voit de gros villages organiser l'irrigation mécanique.

Des villages nouveaux se sont formés le long des grand'routes, au voisinage des gares. Là s'alignent le soir quantités de charrettes à bras qui, le matin, emportent dans toutes les directions chacune quinze fois la charge qu'un homme emportait jadis péniblement sur son épaule.

Des automobiles publiques permettent aux habitants de se rendre rapidement et à bon marché à la ville ou à quelque marché lointain pour y vendre leurs denrées ou faire leurs achats sans intermédiaires.

Les chemins de fer ont des trains plus rapides et plus fréquents dont certains s'arrêtent à tous les gros marchés.

Partout l'on voit reconstruire ou réparer maisons communes et pagodes et les villages catholiques construisent des églises aussi belles que celles des plus riches villages de France.

Beaucoup de villages doivent leur prospérité à un peu plus d'ordre dans la gestion des revenus communaux et aux nouvelles méthodes de cadastrage, qui permettent de réaliser rapidement et à peu de frais des

Une autre importante maison annamite :
Magasin de vente de la maison
Quang-Hung-Long, Hanoï.
Một hiệu buôn quan-trọng An-nam :
cửa hàng của hiệu Quảng-Hưng-Long
& Hà-nội.

Ta thử vào trong các nhà trong một làng thì ta thấy nhân-dân ăn mặc có vẻ nhã-quan hơn trước nhiều. Đến đêm dân-chúng thắp đèn dầu tây sáng sủa nên không sợ hãi như xưa. Trong các cửa hàng thấy có bán các thứ vải, hàng tơ lụa và các thứ đồ hữu-ích của người *Âu-châu* làm hay là của kỹ-nghệ người bản-xứ chế-tạo ra. Những thợ-thuyền cũng có đủ đồ làm hơn trước nhiều.

Ở các nơi tỉnh-thành lớn, chỉ trong khoảng mười hai năm nay, có một sự thay đổi lạ lùng. Như một ngôi hàng nhỏ kia, một người hiền-phụ ngồi bán hàng, giá hàng tổng-cộng lại được độ mười lăm hay hai mươi đồng, thì nay có một cửa hàng có đủ các đồ hàng như một hiệu khách, thay cho cái ngôi hàng nhỏ ấy. Chỗ này thì cửa hàng giấy, nhiều phu-nhân người *Pháp* sang-trọng cũng vào thuê đóng, chỗ kia thì hàng bán bánh ngọt, hàng bán thịt bò, hàng bán tạp-hóa. Người ta thấy ở những nơi đô-hội này biết bao là những hiệu cao-lâu đẹp đẽ, những nhà khách-sạn, những xưởng ô-tô và nhiều cửa hàng rất to như cửa hàng *Vũ-văn-An* ở *Hà-nội*, những nhà máy rất quan-trọng và những xưởng thợ của người *An-nam*. Xe cao-su chắc-chắn thay cho xe gỗ tồi-tàn, nhiều nhà *An-nam* có cả xe ô-tô nữa. Những người phong-lưu bản-xứ ở những nhà làm theo kiểu *Âu-châu*, hàng năm ở *Hà-nội* và ở *Sài-gòn* xây thêm ra rất nhiều.

Những người làm công trước ở những cái nhà lá nay có những cái nhà gạch cao ráo. Những sở máy đèn điện, sở máy nước, nhà máy nước đá, nhà máy rượu bia, nay có nhiều khách *An-nam* hơn khách *Tây* và khách *Tàu*. Sau hết xem như sau này thì biết việc buôn-bán của người *An-nam* tiến-bộ lạ lùng. Những thương-gia *An-nam* thường buôn-bán trực-tiếp (1) với những cửa hàng bên *Pháp* và thường vay tiền ở các nhà băng.

Biết bao nhiêu những trường tiểu-học, trung-học dựng lên và những trẻ con nhà nghèo cũng có thể mua những sách học vừa sách quốc-ngữ, vừa sách chữ tây soạn riêng cho cõi *Đông-Dương*.

Những cuộc tiêu-khiển cũng thêm ra nhiều. Những hội ở các làng vẫn linh-đình như trước, nhưng lại có nhiều trò vui khác thêm vào. Những tỉnh thành lớn có nhiều nhà chớp-ảnh và nhiều nhà hát *An-nam*, rộng rãi và cách trang hoàng rất là lịch-sự. Những cuộc thể-thao thật là một sự tiêu-khiển rất tốt và được cộng-chúng hoan-nghênh, nào đá bóng, nào đánh *tăng-nít* (tennis), nào thi xe đạp, nào thi chạy chân không. Việc thể-dục được tiến-bộ rất nhiều và đã lan rất rộng trong nhân-dân bản-xứ. Ông nhà nho xanh xao, gầy gò lưng khom, mắt lõm đeo đôi kính trắng, móng tay dài thì nay không ai khen đẹp nữa rồi. Câu tục ngữ *Pháp* : « Cái trí minh-mẫn trong cái thân-thể tráng-kiện » nay thành ra câu tục ngữ *An-nam*.

---

(1) Buôn bán trực-tiếp = buôn bán ngay với, không phải mua lại người khác.

opérations autrefois longues et coûteuses. Grâce à ces méthodes, les propriétaires ont des titres de propriété sûrs, peuvent emprunter sur ce gage à intérêt très bas, avec peu de formalités et personne ne cherche plus à dissimuler ses biens pour échapper à un impôt, qui paraît léger.

Pénétrons dans les maisons d'un village ; nous y trouvons les habitants mieux vêtus et souvent mieux nourris qu'autrefois ; ils sont bien éclairés au pétrole la nuit, ce qui donne de la sécurité. Dans les boutiques on voit de bonnes cotonnades et soieries et des objets utiles de fabrication européenne, ou produits par l'industrie indigène. Les artisans sont mieux outillés.

Les grandes villes surtout offrent un contraste frappant avec ce qui existait il y a seulement douze ans. La petite échoppe, où une bonne femme était accroupie au milieu de marchandises valant bien au total 15 ou 20 $, est remplacée par une belle boutique, aussi bien garnie de marchandises qu'une boutique chinoise. Ici c'est un bottier où les dames françaises les plus élégantes se font chausser, là c'est un pâtissier, un boucher, un mercier. On y trouve de beaux restaurants, des hôtels, des garages et même de très grands magasins, comme celui de Vu-van-An à Hanoï, des usines importantes et des ateliers annamites. Au pousse en bois a succédé le confortable pousse caoutchouté ; beaucoup de familles indigènes ont leur automobile. Les gens aisés habitent ces centaines de maisons européennes qui se construisent chaque année à Hanoï et à Saïgon ; des employés, qui vivaient dans des paillotes, ont des maisons en maçonnerie. Les usines électriques et des eaux, les glacières et brasseries ont maintenant beaucoup plus de clients annamites que chinois ou européens. Enfin voici un signe de grand progrès commercial : les commerçants annamites traitent souvent directement avec les maisons de France et ont de plus en plus recours aux banques pour quantité d'opérations et pour obtenir du crédit.

Des écoles et collèges ont été construits et les enfants les plus pauvres peuvent acheter des livres scolaires, composés pour l'Indochine tant en langue annamite qu'en français.

Les distractions sont également plus nombreuses. Les fêtes de villages gardent tout leur éclat, mais d'autres plaisirs s'y ajoutent. Les villes ont de nombreux cinémas et des théâtres annamites vastes et bien installés. Les sports offrent une distraction saine et très appréciée, le ballon, le tennis, les courses à bicyclette et à pied ont un grand succès. La culture du corps a fait d'immenses progrès et a acquis dans la population indigène une grande popularité. Le lettré pâle, maigre, au dos voûté, aux yeux creux derrière d'énormes lunettes, aux ongles démesurés, n'excite plus l'admiration. Le proverbe « un esprit sain dans un corps sain » est devenu un proverbe annamite.

Kỹ-nghệ của người Tây và những việc trồng giọt to tát.

Nhiều nhà máy to dựng lên ở *Hải-phòng*, như là máy chế hóa-chất, nhà máy chai, trại than đá, lò làm đồ xứ, nhà máy si-măng, nhà máy làm nền, nhà máy làm ống si-măng, v. v. Ở *Quảng-yên* thì có nhà máy lọc kẽm. Ở *Hà-nội* thì có nhà máy chế những thực-vật lầy ở gạo ra. Ở *Nam-định* thì có nhà máy tơ. Ở *Hàn* thì có nhà máy gạo. Ở *Bồng-sơn* thì có nhà máy sợi. Ở *Sài-gòn* thì có nhà máy dầu, nhà máy gạo, nhà máy bông, nhà máy ngói, nhà máy cao-xu, nhà máy thuộc da, nhà máy đường, v.v. Ở *Nam-vang* thì có nhà máy gạo, nhà máy tơ, v. v.

Còn nhiều nhà máy khác cũng đã cải-cách những khí cụ cũ. Nhất là hội làm mỏ đã đem vào cõi *Đông-Dương* những số tiền vốn rất to, như tiền mua những đồ dùng và những máy móc. Ta hãy kể một vài điều thí dụ.

Như ở *Hòn-gai*, kỹ-nghệ của sở tư tiêu tồn đến bốn triệu bạc và đã dựng được một cái bến có đủ khí-cụ cho một nhà máy trục than, một đường xe lửa chạy bằng điện, một sở máy điện có sáu nghìn mã-lực truyền điện ra nhiều mỏ xa hơn năm mươi ki-lô-mét, hai tỉnh thành lớn, hai nhà khách sạn, bốn cái làng mới đẹp, sạch sẽ cao dáo. Hội mỏ than *Đông-Triều* cũng đã xây một cái bến, lập ra hai làng và đặt nhiều đường sắt có 14 cái xe hỏa và 200 cái toa, mỗi cái chở được 15 tấn, v. v. Mỏ *Phan-Mễ* cũng đã dựng ra một sở máy điện có 3000 mã-lực và một đường xe lửa giải tới 15 ki-lô-mét, v. v.

Những nhà máy điện ở những nơi tỉnh-thành lớn, vì có nhiều người *An-nam* muốn thắp đèn điện nên đã đặt thêm nhiều máy. Những nhà máy điện ở *Hà-nội*, ở *Hải-phòng*, ở *Sài-gòn*, ở *Chợ-lớn* và ở *Nam-định* đã tăng sức điện lên gấp ba khi trước. Nhiều tỉnh lớn về năm 1920 chưa có đèn điện nay đều có cả.

Sự trồng chè, cà-phê, cao-su cũng mở mang ra nhiều. Xứ *Nam-kỳ* về năm 1928 sẽ sản được hơn 8000 tấn cao-su. Hàng nghìn người nghèo ở *Trung-kỳ* và ở *Bắc-kỳ* vào làm trong những nơi trồng giọt này, vì sự sinh-nhai được tiện-lợi nên dần dần có-thổ ở đấy. Những ông chủ đồn điền cho họ ruộng để họ cày cấy mà ăn. Ở *Trung-kỳ* ngày trước việc trồng chè và sấy chè theo cách-thức cổ nay nhờ được những nơi trồng chè to-tát của người *Pháp* ở *Quảng-Nam* và ở *Công-Tum*, sau này có thể thành ra một nguồn-lợi lớn trong xứ vậy. Những nơi trồng chè này dùng làm mẫu mực cho những người trồng chè bản-xứ ở lân-cận. Những nơi trồng chè này lại có nhiều xưởng máy, trong có nhiều máy móc tinh-sảo có thể chế-hóa tất cả các thứ chè trong miền, làm cho chè thêm phần giá-trị và đem bán ra ngoại-quốc rất là dễ.

Ở về phía Bắc xứ *Trung-kỳ* và ở *Lang-Biên* có nhiều hội của người *Pháp* mở ra nhiều nơi trồng cà-phê giống như những nơi trồng trước của những thực-dân *Pháp* ở *Bắc-kỳ*, rất là khó khăn vất vả.

L'industrie européenne et les grandes plantations.

De grandes usines nouvelles se sont créées à Haïphong : produits chimiques, verrerie, parcs à charbon, fabrique de porcelaine, nouvelle cimenterie, fabrique de bougies, de tuyaux de ciment, etc. ; à Quang-Yên : métallurgie du zinc ; à Hanoï : rizerie, produits dérivés du riz ; à Nam-Dinh : tissage de la soie ; à Tourane, rizerie ; à Bongson, filature ; à Saïgon : huileries, rizeries, cotonnière, tuilerie, fabrique de caoutchouc, tannerie, sucrerie, etc. ; à Pnom-Penh : rizerie, filature, etc.

D'autres usines ont transformé leur outillage.

Les sociétés minières surtout ont introduit en Indochine d'énormes capitaux sous forme de matériel et de machines. Citons quelques exemples. A Hongay l'industrie privée a dépensé quatre millions de piastres et construit : un port en eau profonde avec tout un outillage pour la manutention mécanique du charbon, une ligne de chemin de fer électrique, une centrale électrique de 6000 chevaux distribuant le courant aux diverses mines sur plus de 50 kilomètres, deux villes entières, deux hôtels, quatre magnifiques villages neufs, confortables et salubres. La Société des Mines de Dong-triêu a construit un port et deux villages, et un important réseau de voies ferrées avec 14 locomotives et 200 wagons de 15 tonnes, etc. La mine de Phan-Mê construit une centrale électrique de 3000 chevaux et un chemin de fer de quinze kilomètres, etc.

Les centrales électriques de nos grandes villes, pour satisfaire à l'énorme demande de courant, en particulier de la part de la population annamite, ont toutes augmenté leurs installations. Hanoï, Haïphong, Saïgon, Cholon et Nam-Dinh ont *triplé* leur puissance et un grand nombre de villes, qui n'avaient pas l'électricité en 1920, l'ont maintenant.

Les plantations de thé, café, caoutchouc ont pris une grande extension. La Cochinchine produira en 1928 plus de 8.000 tonnes de caoutchouc. Par dizaines de milliers les pauvres gens venus de l'Annam et du Tonkin y trouvent un gagne-pain avantageux et peu à peu se fixent là où les planteurs ont des terres à rizières à leur donner. En Annam, le thé, jadis cultivé et préparé selon de vieilles méthodes, promet de devenir une des principales richesses du pays, grâce à l'établissement de grandes plantations françaises au Quang-Nam et au Kontoum. Ces plantations servent de modèles aux planteurs indigènes du voisinage ; leurs puissantes usines peuvent traiter tout le thé de la région, lui donner une plus grande valeur et en faciliter la vente à l'étranger.

Dans le Nord-Annam et au Lang-Biang des sociétés françaises ont créé de grandes plantations de café à l'image de celles créées auparavant, au milieu de tant de difficultés, par les hardis colons du Tonkin.

Ces plantations sont l'emblème du progrès. Là où c'était un pays de

Những nơi trống-giọt ấy là cái tiêu-biểu của sự tiến-bộ vậy. Chỗ kia trước là một nơi rừng hoang bụi rậm, muông thú văng lai, ngày nay là những vườn quả mông-mênh, có từng hàng cây rất dài, là những cánh đồng có nhiều bò béo tốt đứng ăn, và là nơi có nhiều nhà cửa như nhà ở, chuồng bò và nhà máy.

Những đường thông-thương lớn.

Từ trước đến năm 1918, những con đường có lát đá cũng đã có nhiều nhưng ngắn và hợp-thành chung-quanh những tỉnh thành lớn những quãng đường quãng nọ không liên tiếp với quãng kia.

Tám năm về sau năm 1918, những con đường trong cõi *Đông-Pháp* dài được 13.178 ki-lô-mét lát đá và 2.364 ki-lô-mét không lát đá. Một con đường dài 2.400 ki-lô-mét nối tất cả các đường cũ và mới, chạy từ biên-thùy nước *Tàu* đến biên-thùy nước *Xiêm*.

Có bốn đường nối bờ bể *Trung-kỳ* với xứ *Lào*, con đường từ *Đông-hà* sang *Sa-va-na-khét* nối vào một đường chạy ven bờ sông *Cửu-Long* từ mỏ thiếc *Nam-bà-tiên* (*Nam-ba-tène*) đến cao-nguyên *Bô-lộ-viên* (*Plateau de Boloven*) và nước *Xiêm*.

Xứ *Cao-mên* về năm 1925 đã có hơn 1523 ki-lô-mét đường lát đá hình như những đường ấy về mười năm gần đây mới lát đá và mở rộng ra.

Sau cuộc đại-chiến thì việc đặt đường xe-hỏa cũng đã khởi công. Đường xe-hỏa *Vinh*, *Đông-hà* dài 300 ki-lô-mét về dịp lễ *Phục-sinh* năm 1927 mới hoàn-thành. Thế là đi từ *Hanoi* vào Huế chỉ có 18 giờ đồng-hồ. Về cuối năm 1926 đường núi ở cao-nguyên *Lăng-biên* đã làm xong. Nhà nước đã bắt đầu làm một con đường dài 186 ki-lô-mét từ *Tân-ấp* theo con đường lớn ở bờ bể, đến *Tha-khét* theo dòng sông *Cửu-Long*. Việc nghiên-cứu làm con đường dài 900 ki-lô-mét từ *Sài-gòn* đến *Nam-vang* và đến biên-thùy nước *Xiêm* đã làm xong.

Những hải-cảng *Hải-phòng* và *Sài-gòn* thì đã mở rộng thêm ra và khí-cụ ở những nơi hải-cảng này đã sửa đổi được tốt hơn trước. Bến *Cẩm-phả* và bến *Rê-đông* (*Port Redon*) ở *Bắc-kỳ* và bến *Rê-am* ở vịnh *Xiêm-la* cũng mới mở. Hai bến trên mở ra là nhờ sự sáng-kiến tư, chứ không phải của Chính-phủ.

Sự mở mang về việc cai-trị.

Những sở canh-nông và thương-mại ngày nay giúp cho nhân-dân nhiều việc quan-trọng. Những sở canh-nông nghiên-cứu làm cho gạo thêm tốt, như chọn thóc giống, cách deo mạ và cách xem-xét đất cát ;

brousse et de forêt, abandonné aux fauves, s'étendent aujourd'hui d'immenses vergers avec leurs lignes d'arbustes à perte de vue, des pâturages où paissent des bœufs magnifiques, des agglomérations de bâtiments : habitations, étables et usines.

Les grandes voies de communication.

Jusque vers 1918 les routes empierrées étaient déjà nombreuses mais courtes et formaient autour des villes des réseaux séparés les uns des autres.

Huit ans plus tard, nous avons un réseau complet de 13.178 kilomètres de routes empierrées et 2.364 de routes non empierrées. Une route de 2.400 km. à laquelle se relient toutes les autres routes anciennes et nouvelles, va de la frontière de Chine à celle du Siam.

La côte d'Annam est reliée au Laos par quatre routes ; celle de Dongha à Savannakhet aboutit à une route qui longe le Mékong depuis les fameuses mines d'étain de la Nam Patène jusqu'au Plateau des Bolovens et au Siam.

Le Cambodge a en 1925 plus de 1.523 kilomètres de routes empierrées, presque entièrement construites pendant ces dix dernières années.

La construction des chemins de fer a repris après la guerre. La ligne de Vinh à Dongha (300 Km.) mettra, vers Pâques 1927, Hanoï à 18 heures de Hué. Le plateau du Lang-Biang est, depuis fin 1926, desservi par une ligne de montagne ; on a commencé les travaux d'une ligne de 186 Km. de Tan-Ap, sur la grande ligne côtière, à Thakhek sur le Mékong, et les études sont achevées pour une ligne de 900 Km. de Saïgon à Pnom-Penh et à la frontière du Siam.

Les ports de Haïphong et de Saïgon ont été agrandis et leur outillage amélioré ; ceux de Campha et Port Redon (Tonkin) et de Réam (golfe de Siam) ont été créés, les deux premiers par l'initiative privée.

Le développement des services administratifs.

Les Services agricoles et commerciaux rendent aujourd'hui des services importants à la population. Des stations agricoles étudient l'amélioration des riz par sélection des graines, par culture des semences, par l'étude des terrains ; elles comparent et sélectionnent les diverses espèces de théiers, caféiers, cotonniers, cocotiers, palmiers à huile, etc. Des renseignements y sont rassemblés à la disposition du public.

Les concours de paddy ont été organisés, notamment en Cochinchine, avec un grand succès.

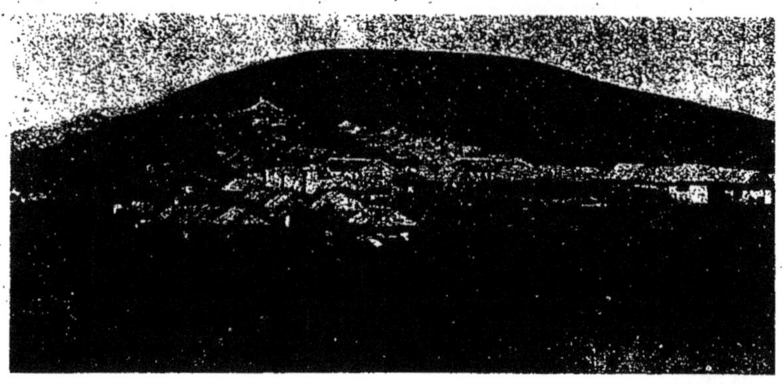

Mines de Charbon de Hongay : Un des nouveaux villages construits pour les mineurs.

Mỏ than Hòn-gai: Một cái làng mới dựng lên để thợ mỏ ở.

những sở này lại so-sánh và chọn lọc những cây chè, cây cà-phê, cây bông, cây dừa, cây có dầu tên là palmier à huile, v. v. Ở những sở này có thâu-nhặt được nhiều điều hữu-ích về nghề-nông để chỉ dẫn cho công-chúng.

Nhất là *ở Nam-kỳ* những cuộc thi thóc tốt mở ra có nhiều hiệu-quả hay.

Nhờ về sự giúp đỡ của những sở này nên việc trồng dâu, chăn tằm được tiến-bộ lạ lùng. Vì vậy nên nhiều sở máy tơ ở *Quất-lâm*, ở *Kiến-an*, ở *Bồng-sơn*, ở *Quảng-nam* và ở *Tuy-hòa* (Trung-kỳ), ở *Ruýt-say-keo* (Russey keo) bên *Cao-mên* và nhiều xưởng nhỏ của người bản-xứ máy móc theo lối tối-tân như những nhà máy tơ, những nhà máy dệt, sản-xuất ra được nhiều thứ tơ rất đẹp. Từ trước đến nay sự sản xuất ra thêm được nhiều tơ ấy được người trong xứ tiêu-thụ (1) hết. Như thế tỏ ra rằng nhân-dân ngày nay giầu có hơn trước và ăn mặc lịch-sự hơn trước nhiều.

Như vậy là nhân-dân trong xứ được hưởng một sự thảnh-thơi mới mẻ ; sự thảnh-thơi này lan trong khắp các hạng người ở xã-hội.

Nhưng một dân-tộc, nếu chỉ biết sự tiến-bộ về đường vật-chất mà không biết đến sự tiến-bộ về đường luân-lý và về đường trí-thức thì dân-tộc ấy sẽ quoay lại rã-man.

Sự tiến-bộ về đường luân-lý diễn-bày ra ở trong việc phong-tục được thuần-túy và nhân-tâm không hay phản-trắc. Có những điều này thì mới có một cái kỷ-luật không tàn-nhẫn. Sự tiến-bộ này ta đã nhận được ở trên rồi. Ta sắp được biết rằng sự tiến-bộ về đường trí-thức cũng được phi-thường như thế.

---

(1) Tiêu-thụ = tiêu dùng.

La culture du mûrier et l'élevage du ver à soie ont, avec l'aide de ces services, fait d'immenses progrès. De nouvelles filatures à Quat-Lam, Kién-An (Tonkin), à Bongson, Quang-Nam et Tuy-Hoa (Annam), à Russey-Keo (Cambodge) et de petits ateliers indigènes perfectionnés, de filature et de tissage, ont permis de produire en plus grandes quantités de plus belles soies. Jusqu'ici cet excédent a été en grande partie absorbé par la consommation locale, et cela montre que la population s'enrichit et s'habille mieux.

Ainsi le pays jouit d'un bien-être nouveau, qui se répand dans toutes les classes de la société.

Mais le progrès matériel, seul, mènerait à la barbarie un peuple qui renoncerait au progrès moral et intellectuel.

Le progrès moral se traduit par l'adoucissement des mœurs en même temps que par l'affermissement des caractères, ce qui permet une discipline sans brutalité. Ce progrès nous l'avons constaté plus haut. Nous allons voir que le progrès intellectuel est tout aussi remarquable.

Une route en Cochinchine, province de Bien-Hoa.
Một con đường ở Nam-kỳ, tỉnh Biên-Hoà.

Sự tiến-bộ về đường khoa-học, về đường trí-thức và về đường mỹ-thuật.

Về cuối thế-kỷ trước, dù trong tiếng nói của dân-gian rất giàu truyện cổ-tích và ca-dao, nhưng nền văn-minh *An-nam* bây giờ thật đặc *Tàu* vậy. Những ông nhà nho chỉ học có chữ nho, và chỉ học trong những sách văn học xưa nay, vì các ông cho những sách ấy là hoàn-toàn lắm rồi. Việc học về các môn khác thì chế nổi như là học về địa-thế của xứ mình, sản-vật của xứ mình, học về lịch-sử văn-minh của các nước láng-giềng, và học về vạn-vật. Các ông nhà nho không học các môn này, là vì các ông cho rằng những cái gì không có ở trong những sách của người *Tàu* làm, là không quan-trọng.

Vì vậy nên ngày trước khi người *An-nam* mới tiếp-cận với người phương *Tây*, việc này không thể tránh được, không chịu để trí am-hiểu tính-tình người *Tây*, đã vội cho người *Tây* là những quân mọi-rợ. Nhưng có biết đâu rằng người *Tây* cũng được hưởng những điều hay trong những nền văn-minh cổ hơn văn-minh nước *Tàu*. Người *Tây* vốn có trí tiền-thủ nên đã thực-hành được cuộc tiến-bộ của mình. Người *Tây* lại thường băn-khoăn về đường khuyết-điểm, muốn mau được hoàn-toàn, nên thấy ở nước ngoài có điều hay thường ngợi khen mà bắt chước lấy.

Những nòi giống *A-yên* (races aryennes) thích truyền-bá những tư-tưởng của mình ; người *Ấn-độ* truyền-bá đạo *Bà-la-môn* rồi truyền-bá đạo *Phật* ; người *Âu-châu* truyền-bá đạo *Thiên-chúa* và những tư-tưởng do ở đạo này ra. Vì vậy nên những người bộ-hành *Âu-châu* đến cõi *Đông-Dương* trước nhất là những ông cố đạo. Những ông cố này muốn am-hiểu những dân-tộc trong xứ này để dẫn-dụ những dân-tộc ấy theo những ý-tưởng của mình, nên đã nghiên-cứu một cách rất tò-mò và thân-ái những dân-tộc ấy.

Cho được am-hiểu dân-tình hơn, những ông cố ấy đã đặt ra chữ quốc-ngữ là thứ chữ rất dễ trong tiếng nói của nhân-dân. Nhờ về thứ chữ này nước *Nam* ngày nay có thể dựng ra một nền quốc-văn. Những ông cố ấy lại soạn ra những sách mẹo và tự-vị nói về tất cả các thứ tiếng của các dân-tộc ở đây và nói đến cả những thứ tiếng tầm thường của những sơn-nhân. Những quyển sách này giúp được nhiều việc rất là to tát.

Về thời vua *Lo-y* thập-tứ (Louis XIV) người *Pháp* nghiên-cứu

Hanoï : Musée de l'École Française d'Extrême-Orient.
Bảo-tàng-viện của trường Viễn-đông bác-cổ ở Hà-nội

CHAPITRE VIII

Le progrès scientifique, intellectuel et artistique

JUSQU'A la fin du siècle dernier la civilisation annamite était restée purement chinoise, bien que la langue populaire fût riche en légendes et en poésies. Les lettrés n'étudiaient que les caractères et toujours les mêmes livres, considérés comme parfaits. Les autres études étaient négligées : étude du pays, de sa configuration, de ses ressources, étude des civilisations voisines, étude de la nature ; ce qui ne se trouvait pas dans les livres chinois était considéré comme sans importance.

Aussi lorsque les Annamites entrèrent, ce qui était inévitable, en contact avec les Occidentaux, ils ne cherchèrent pas à les comprendre et les trouvèrent barbares. Mais les Occidentaux, qui avaient, eux aussi, hérité de vieilles civilisations, plus anciennes que celle de la Chine, portaient en eux le germe des grands progrès qu'ils ont réalisés ; avec leur souci constant de perfectionnement, ils étaient prêts à admirer et imiter tout ce qu'il y avait de bien en dehors d'eux.

Les races aryennes aiment à répandre leurs idées ; les Hindoux ont répandu le brahmanisme, puis le bouddhisme ; les Européens le christianisme et les idées qui en découlent. Aussi les premiers voyageurs européens qui vinrent en Indochine furent des missionnaires, qui, désireux de bien connaître ces peuples qu'ils voulaient amener à leurs idées, les étudièrent avec curiosité et sympathie.

Pour entrer plus facilement en rapports d'idées ils créèrent le quốc-ngu, écriture facile de la langue populaire, grâce à laquelle l'Annam peut aujourd'hui se créer une littérature nationale. Et pour toutes les

những xứ ở *Đông-phương*, nên đã mở nhiều trường học như là nhà trường trứ-danh *Công-tăng-ti-ninh* (collège Contantinien) ở nước *Xiêm*. Nhà trường này đến sau vì nước *Xiêm* bị suy-đổi nên mới di đến *Bô-năng*. Chính ở đây mà ông *Trương-vĩnh-Ký* là người *Nam-kỳ* học tập. Vị kỳ-nhân này đã được nhiều nhà bác-sĩ nước *Pháp* tôn-trọng. Ông *Trương* thật là một cái gương sáng để tỏ ra rằng sự giáo-dục nước *Pháp* gốc ở cái nền móng cao-thâm trong văn-hóa *Tây-phương*, có thể hóa một người *An-nam* thông-minh ra thể nào vậy.

Nhưng khôn thay về thời-kỳ ấy chỉ có ông *Trương-vĩnh-Ký* là một vị khác thường mà thôi.

Tiền-bộ về đường khoa-học.

Việc trước nhất mà người *Pháp* hăm hở muốn làm ở xứ này là việc lập thành một khoa-học *An-nam*, nghĩa là việc học tất cả những cái gì thuộc về xứ này, và những nhân-dân ngày xưa và ngày nay ở trong xứ.

Khi chinh-phục được xứ này xong, những quan binh và những nhà thám-hiểm chăm-chỉ về việc nghiên-cứu địa-dư trong xứ. Những ông này lại trải biết bao những nỗi khó-khăn vất-vả mới đi tới những miền mà từ xưa không có một người *An-nam* nào dám mạo-hiểm đến cả. Năm 1899 dựng ra sở họa-đồ, những công việc của sở này làm ra thật là một việc rất quan-trọng cho cõi *Đông-dương*. Những địa-đồ của sở này làm ra làm cho ta biết cả những nơi hẻo-lánh trong xứ và dần dần giúp vào sự chinh-phục tạo-vật.

Rồi thì đến việc dựng sở địa-chất-học (1) để nghiên-cứu về việc đất cát. Những công việc của sở này làm cho nhiều nhà bác-học ở hoàn-cầu phải ngợi khen. Bảo-tàng-viện (2) của sở này thật là một cái bảo-tàng-viện trứ-danh ở *Á-đông*.

Trường *Viễn-đông-bác-cổ* thật làm cho ta có một cái thế-lực lớn trong các xứ ở cõi *Viễn-đông* vậy.

Nhà thư-viện của trường này ở *Hà-nội* có danh-tiếng trong hoàn-cầu là đã siu-tập được nhiều những đồ vật thuộc về các dân-tộc cổ và kim ở *Đông-dương*, ở nước *Tàu*, ở nước *Nhật*, ở *Tây-tạng*, ở *Ấn-độ*, và ở nhiều xứ khác trong cõi *Á-đông*.

Trường *Viễn-đông-bác-cổ* đã dựng ra và quản-đốc những bảo-tàng-viện ở *Hà-nội*, ở *Hàn* và ở *Nam-vang*. Ở những bảo-tàng-viện này đã thâu-nhặt, đã phân-loại và bảo-tồn những đồ mỹ-thuật, những đồ cổ ở *Đông-dương* và những đồ vật của những dân-tộc ngày nay đã tiêu-diệt (3) đi rồi.

---

(1) *Địa-chất-học* = môn học về những tính chất trong đất.
(2) *Bảo-tàng-viện* = nơi để những đồ vật về mỹ-thuật hay là về khoa-học.
(3) *Tiêu-diệt* = mất đi rồi.

langues, et même pour les plus modestes dialectes des montagnards, ces missionnaires ont composé et imprimé des grammaires et dictionnaires qui rendent d'immenses services.

En même temps qu'ils étudiaient tout ce qui concernait les pays d'Orient, les Français, dès l'époque de Louis XIV, créaient des écoles, comme le fameux Collège Constantinien, au Siam ; ce collège fut transporté, après la ruine de ce pays, à Pénang. C'est là que le Cochinchinois Truong-Vinh-Ky fit ses études. Cet homme remarquable, que les plus grands savants de France admiraient, est le plus bel exemple de ce que peut faire d'un Annamite bien doué une éducation française, fondée sur les bases les plus profondes de la culture occidentale.

Malheureusement Truong-Vinh-Ky était, encore à son époque, une exception.

Progrès scientifique

La première tâche à laquelle les Français s'adonnèrent passionnément ce fut la constitution d'une science annamite, c'est-à-dire de l'étude de tout ce qui concerne ce pays et ses habitants, anciens et contemporains.

Dès la conquête, des officiers et des explorateurs français s'attachèrent à l'étude de la géographie du pays et, au milieu des plus grandes difficultés, visitèrent des régions où aucun Annamite n'osait alors s'aventurer. En 1899 fut fondé le *Service Géographique*, dont les travaux ont une importance capitale pour l'Indochine. Ses cartes font connaître le pays dans ses moindres détails et facilitent la conquête de la nature.

Puis ce fut la formation d'un *Service Géologique*, pour l'étude de la constitution du sol. Les travaux de ce service font l'admiration des savants du monde entier. Son musée est un des plus célèbres de l'Asie.

L'École Française d'Extrême-Orient nous vaut un grand prestige, surtout dans les pays d'Orient.

Sa bibliothèque de Hanoi est renommée pour la richesse de sa documentation sur tout ce qui concerne les peuples anciens et modernes de l'Indochine, de la Chine, du Japon, du Thibet, de l'Inde et autres pays d'Asie.

L'École Française d'Extrême-Orient a aussi créé et dirige les Musées de Hanoi, Tourane et Pnom-Penh, où sont rassemblés, classés et conservés les objets d'art et les antiquités indochinoises, ainsi que les objets que nous ont laissés les peuples aujourd'hui disparus.

Viện *Bát-tơ* ở *Sài-gòn*, ở *Nha-trang* và ở *Hà-nội*, không kể những công việc của viện này giúp thuộc-địa về việc đề-phòng bệnh-tật của nhân-dân và của gia-súc. Trường này thật là một sự vẻ-vang cho cõi *Đông-dương* đối với các nước láng-giềng vậy.

Viện hải-dương-học ở *Nha-trang*, có nhiều phòng thí-nghiệm và chiếc tàu thí-nghiệm, nghiên-cứu bể khơi và các thứ cá. Thật là một vấn-đề rất quan-hệ đến vật-thực của nhân-dân. Viện này dựng ra năm 1924, đã sản-xuất được những cái kết-quả thực-dụng to-tát, chẳng bao lâu nữa nhân-dân sẽ biết lợi-dụng. Những cái kết-quả về khoa-học của viện này làm cho nhiều nhà bác-học ở *Âu-châu*, ở *Mỹ-châu* và ở *Nhật-bản* chú ý đến.

Sự tiến-bộ về đường tri-thức.

Việc mở sở lưu-chử công-văn và thư-viện để siu tập, phân-loại và bảo-tồn tất cả những điều hữu-ích cho lịch-sử, tổ-chức những nhà thư-viện cho công-chúng vào xem. Trong thư-viện có rất là nhiều sách (ở *Hà-nội*, ở *Sài-gòn*, ở *Nam-vang*, ở *Huế*). Sở này làm cho người học-giả biết những sách vở nào mới xuất-bản, làm cho dễ công-việc của các nhà văn-học và làm cho những công-việc ấy không mất được, hay là bị người đời quên mất.

Những tạp-chí về văn-chương như *Đông-Dương tạp-chí* (Revue Indochinoise) *Nam-phong tạp-chí*, *Cực-đông tạp-chí* (Extrême-Asie), *Đông-pháp Văn-tập* (Pages Indochinoises) càng ngày càng có thêm độc-giả. Tạp-chí về lịch-sử như tập *Đô-thành-hiếu-cổ* (les Amis du Vieux Huế) làm cho cõi *Đông-dương* được vinh-hạnh rất to. Xem trong tập này thì ta thấy rằng những nhà văn-học *An-nam* nay đã vượt ra ngoài vòng thơ phú và nền văn-chương *Tàu*. Những người này đã để tâm chú ý đến những việc chính của nước mình, như thơ ca nôm, chuyện cổ-tích, sử-ký và nghiên-cứu văn-chương *Tây-phương*. Hội *Khai-tri-tiến-đức* chú ý về việc khuyến-khích văn-chương, về việc soạn một quyển tự-điển, về mỹ-thuật, về kiến-chúc và về âm-nhạc nữa.

Sự tiến bộ về đường mỹ-thuật.

Việc mỹ-thuật ở tất cả các xứ trong cõi *Đông-dương* điều suy-đồi cả. Những người có thị-hiếu về mỹ-thuật đã dẫn-dụ những người thợ tài khéo nên nghiên-cứu những công-trình kiệt-tác cổ, mà giữ lấy cái vẻ mỹ-thuật tổ-chuyền trong xứ. — Vừa dẫn-dụ họ và lại vừa khuyến-khích họ nên Chính-phủ giúp họ được sinh-nhai một cách rất phong-lưu. Ở *Cao-mên* cái ngọn lửa tổ-chuyền mỹ-thuật hình như bị tắt rồi. Thế mà người *Pháp* đã thổi đỏ được những mảnh than hồng đang tàn dưới

L'Institut Pasteur, avec ses établissements de Saïgon, Nhatrang et Hanoï, en dehors des services qu'il rend à la colonie même pour la santé des hommes et des animaux domestiques, vaut un grand renom à l'Indochine dans les pays voisins.

L'Institut océanographique de Nhatrang, avec ses laboratoires, et son bateau-laboratoire, étudie la mer et les poissons, question dont dépend largement l'alimentation de la population. Créé en 1924 il a déjà donné des résultats pratiques considérables, dont la population ne tardera pas à profiter, et des résultats scientifiques qui ont attiré l'attention des savants d'Europe, d'Amérique et du Japon.

Progrès intellectuel.

La création d'une *Direction des Archives et Bibliothèques*, qui recueille, classe et conserve tous les documents utiles à l'histoire, qui organise des bibliothèques publiques très riches (Hanoï, Saïgon, Pnom-Penh, Hué) et rend compte de tout ce qui se publie, facilite les travaux des lettrés et empêche que ces travaux ne se perdent ou ne tombent dans l'oubli.

Les *revues littéraires* telles que la Revue Indochinoise, le Nam-Phong, Extrême-Asie, les Pages Indochinoises, ont de plus en plus de lecteurs. La revue historique : les Amis du Vieux Hué, fait le plus grand honneur à l'Indochine et nous voyons les lettrés annamites sortir du domaine exclusif de la poésie et de la littérature chinoise pour s'intéresser aux choses propres à leur pays : poésie populaire, légendes, histoire, et étudier les littératures occidentales. *L'Association pour la Formation Intellectuelle et Morale des Annamites* s'occupe de littérature, de la formation d'un dictionnaire, d'art, d'architecture et de musique.

Progrès artistiques.

Les arts étaient tombés très bas dans tous les pays d'Indochine.

Des hommes de goût se sont attachés à ramener les artisans à leurs traditions artistiques nationales par l'étude des chefs-d'œuvres anciens. En même temps on les encouragea en les aidant à gagner largement leur vie. Au Cambodge, où toute tradition artistique semblait éteinte, on a réussi à raviver les morceaux de braise qui couvaient encore sous la cendre. Aujourd'hui l'art cambodgien, rappelé à la vie, produit des œuvres de plus en plus belles, qui, dans quelques années, vaudront à ce pays une grande réputation.

đồng tro lạnh. Ngày nay mỹ-thuật xứ *Cao-mên* đã phục-sinh (¹), nên đang sản-xuất (²) ra những công-trình càng ngày càng đẹp hơn. Trong vài năm nữa những công-trình này sẽ làm cho xứ *Cao-mên* có một cái giá-trị rất to.

Ở *Hà-nội*, trường bách-công đổi ra trường kỹ-nghệ thực-hành, giồng như trường mỹ-nghệ ở *Gia-định*, giậy học-sinh sự dùng mùi trong việc bài-trí những sự-tích cổ của xứ mình, và giậy cho biết những cái hình-thể của tạo-vật. Ở *Hà-nội* lại mới mở một trường Cao-đẳng mỹ-nghệ để đào-tạo những viên mỹ-nghệ-gia có học-thức và thông-thái, trình-độ học-vấn cao hơn những tay thợ lành nghề kia. Trường này giậy học-sinh về hình-thể tạo-vật, về những mỹ-nghệ cổ trong xứ và những công-trình kiệt-tác (³) của *Âu-châu*.

Âm-nhạc và diễn-kịch cũng đã cải-tân (⁴) và hoàn-toàn hơn trước. Nhà hát xây có vẻ lịch-sự dễ coi, cảnh nào bày ra cảnh ấy, âm-nhạc ngồi ẩn bên trong, thay cho cái rạp hát bẩn-thỉu khi trước. Con hát đóng vai có vẻ tự-nhiên, chứ không như những con hát dốt nát và tối tàn như xưa. Nếu tình-thể xã-hội mà đối với bọn con hát cao hơn ít nữa thì lo gì trong xứ chả có nhiều tay tài-tử thông-thái hơn và có học-thức hơn. Đã có nhiều tay tài-tử trong bọn học-sinh, hay là trong các ông con nhà gia-giáo đóng các vai trong vở kịch *Tây* hay là vở kịch của những nhà kịch-sĩ ngày nay soạn ra. Những tay tài-tử này diễn ở nhà hay là diễn ở nơi công-chúng. Việc diễn-kịch này cũng giúp một phần vào nghề diễn-kịch ngày nay.

Âm-nhạc *An-nam* cũng đã chịu một phần ảnh-hưởng to của âm-nhạc tây. Những đồ âm-nhạc và đồ thanh-âm của âm-nhạc *Âu-châu* được công-chúng hoan-nghênh. Vậy nên tỉnh nào cũng thấy dựng ra phường bát-âm *Tây*. Những âm-nhạc của đội lính khổ đỏ và của đội lính khổ xanh thật là những cái trường học của các phường bát-âm ấy vậy. Người bản-xứ lại bắt đầu nghiên-cứu lại âm-nhạc trong nước và tìm cách làm cho hoàn-toàn những đồ âm-nhạc cổ.

---

(1) Phục-sinh = sống lại.
(2) Sản-xuất = sinh ra.
(3) Công-trình kiệt-tác = công việc rất khéo không có cái gì đáng chê cả.
(4) Cải-tân = đổi theo lối mới.

Hanoï: La rue des Chapeaux.
Hà-nội. Phô hàng Nón.

A Hanoï, l'école professionnelle, transformée en école des Arts Appliqués, semblable à celle de Gia-Dinh, enseigne aux élèves l'utilisation dans la décoration des motifs traditionnels de leur pays et des formes de la nature. Pour former, au-dessus de ces artisans, des artistes cultivés et instruits, une Ecole Supérieure des Beaux-Arts vient d'être créée à Hanoï, où l'on étudie la nature, les arts anciens du pays et les chefs-d'œuvres de l'Europe.

La musique et le théâtre se sont renouvelés et perfectionnés. Le théâtre sordide, avec ses artistes ignorants et miséreux, a fait place à un théâtre bien construit, d'aspect agréable, avec changements de décors, orchestre dissimulé et jeu plus naturel des acteurs. La situation sociale de ceux-ci, en s'améliorant, permet d'avoir des artistes plus instruits et plus cultivés. A ce relèvement ont beaucoup contribué les amateurs, étudiants ou messieurs de bonnes familles, qui interprètent sur des scènes privées ou même publiques des pièces européennes, ou des pièces annamites écrites par des auteurs modernes.

La musique annamite a été influencée par la musique européenne ; les instruments et les mélodies d'Europe ont un vif succès ; dans toutes les provinces des fanfares s'organisent. Les musiques des régiments de tirailleurs et de la garde indigène sont pour ces fanfares de véritables écoles. En même temps l'étude de la musique nationale est reprise et l'on s'attache à perfectionner les instruments traditionnels.

KẾT LUẬN

Một vài trương ngăn ngắn trên này mục-đích là để đánh thức các bạn thiếu-niên độc-giả nên chú-ý đến những việc ở xứ này. Chúng tôi muốn các bạn thiếu-niên nên nhìn chung quanh mình, quan-sát cuộc sinh-hoạt ngày nay rồi so-sánh với việc còn lại trong cuộc sinh-hoạt ngày xưa, và với những việc mà những cụ già thường kể lại cho nghe.

Như vậy thì các bạn thiếu-niên có thể kết-luận lấy một mình rất là dễ vậy.

Chưa đầy năm mươi năm trong xứ đã tiến-bộ lạ lùng.

Những cuộc binh-đao của người trong nước gây ra giết-chóc lẫn nhau, sinh ra biết bao sự khổ-sở và làm cho trong xứ yếu-hèn thì đã mất hẳn. Ngày nay cuộc hòa-bình lan từ Bắc chí Nam và người ta không thấy những binh-lính *An-nam* xả-thân trong những trận-mạc của anh em trong nước tàn-hại lẫn nhau nữa.

Cuộc hòa-bình lại cũng lan khắp trong các nòi giống khác nhau.

Khi xưa thì nước *Nam* cứ phải chịu luôn luôn là một nước chư-hầu (1) của nước *Tàu*, thì nay thật là độc-lập, không phải tùng-phục nước *Tàu* nữa.

Sự giao-thiệp của dân-chúng với những nhà nho, là những người cai quản, thì không cách xa nhau như trước và được thân-ái hơn. Người nhà quê được hưởng quyền tự-do rộng rãi hơn trước nhiều. Ở giữa hai hạng người trên này thì lại mới sinh ra một hạng trung-lưu nữa.

Ngoài những sự ơn-huệ của cuộc thái-bình ấy, nước Pháp lại còn đem đến cho xứ này nhiều sự ơn-huệ nữa, như những công việc vĩ-đại (2) đường xá, cầu cống, đường xe hỏa, bến tầu thủy, sông đào về việc dẫn thủy nhập điền (3). Những công việc này đã làm bớt sự khổ sở và làm tăng-tiến (4) sự thảnh-thơi của nhân-dân. Sự quyết-đấu để trừ những bệnh tật và những bệnh truyền-nhiễm làm cho nòi giống càng ngày càng tráng-kiện thêm lên. Biết bao nhiêu trường như trường tiểu-học, trường

---

(1) Nước chư-hầu = nước nhỏ chịu tùng-phục nước lớn và cứ hàng năm phải mang đồ quí sang cống-tiến.

(2) Vĩ-đại = to tát, to lớn.

(3) Dẫn thủy nhập điền = dẫn nước vào ruộng.

(4) Tăng-tiến = làm thêm hơn lên.

Jeunes athlètes annamites à l'Ecole d'éducation physique de Hanoï.
Những thiếu-niên lực-sĩ ở trường thể-dục Hà-nội.

CONCLUSION

Ce quelques courts chapitres n'ont pas eu d'autre but que d'éveiller l'attention de nos jeunes lecteurs.

Nous avons voulu les inciter à regarder autour d'eux, à observer la vie d'aujourd'hui, à la comparer avec ce qui reste de la vie d'autrefois, à ce qu'en racontent les vieillards.

Il leur sera facile alors d'en tirer des conclusions.

En moins de cinquante ans le pays a fait des progrès considérables.

Les guerres intestines, qui avaient causé tant de misères, et tellement affaibli le pays, ont été définitivement supprimées. Une paix profonde règne du Nord au Sud ; on ne voit plus des soldats annamites s'affronter dans des guerres fratricides. La paix règne également entre les diverses races.

L'Annam est désormais complètement indépendant de la Chine, dont il n'avait jamais cessé d'être le vassal.

Les rapports entre le peuple et les lettrés, ses dirigeants, sont devenus moins distants, plus fraternels ; le paysan jouit d'une plus grande liberté ; une classe bourgeoise s'est créée entre les deux autres.

A ces bienfaits de la paix française s'en sont ajoutés d'autres. Les grands travaux : routes, ponts, chemins de fer, ports, canaux d'irrigation ont diminué la misère, augmenté le bien-être. La lutte entamée contre les maladies et les épidémies tend à régénérer la race. Les nombreuses

trung-học, trường kỹ-nghệ, trường mỹ-nghệ thực-hành, trường cao đẳng, trường đại-học làm cho một số rất nhiều người biết những cách thức để lợi-dụng những điều hay của khoa-học.

Trong con đường ấy trước đã bao năm chế nổi xứ *Đông-Dương* đã phải nhờ người nước ngoài giúp đỡ cho. Về việc mở mang kỹ-nghệ và thương-mại người *An-nam* cũng phải nhờ như thế. Nhân-dân ở cõi *Đông-Dương* này về những khoảng đó tiến-bộ đã chậm, thế mà được một dân-tộc ở Tây-phương vui lòng dạy dỗ. Như thế thì thật là một sự hạnh-phúc cho dân-chúng vậy. Nếu nhân-dân xứ này mà gặp phải những dân-tộc khác thì có lẽ họ giữ bí-mật (1) những điều họ biết hơn người. Người *Pháp* thì mang đến cho nhân-dân xứ này không những môn học chuyên-môn và những khoa-học của mình, lại còn đem đến cho nhân-dân biết cái gương những đức-tính về tinh-thần. Những đức-tính này tuy lâu thu-thập được (2) nhưng rất là cần, như tinh-thần về trật-tự, về phương-pháp, về tiên-kiến, về tiết-kiệm ; cái thị-hiếu về sự cả-quyết làm việc, sự thực-hành kiên-nhẫn, cái thị-hiếu về việc nghiên-cứu học-hành không lấy tư-lợi làm mục-đích.

Những thiếu-niên ở cõi *Đông-Dương* được gần-gụi người *Pháp* nên cố mà học-tập lấy những điều hay đó. Nhưng mà thật là một cái điểm không hay, nếu trong một vài cái óc non nớt phát lộ ra cái cách khinh-bỉ những người nhiều tuổi hơn và đã trải qua một thời-kỳ không được tốt đẹp như ngày nay.

Những đức-tính (3) ở tâm-can còn quan-trọng hơn những đức-tính ở não-tủy (4). Người ta mà thu-thập được là nhờ sự gia-đình giáo-dục và nhờ sự từng-trải ở đời vậy.

Như thế thì ta phải nên vâng lời những người sinh ra ta, và ta phải tôn-kính những người nhiều tuổi hơn ta.

Một người con trai hay là một người thiếu-niên tưởng mình thông-minh, thông-thái hơn những người nhiều tuổi, mà không theo cái luật ấy, thì đáng khinh, đáng chê lắm vậy.

Những sự tiến-bộ mà ta được hưởng bắt ta phải có những bổn-phận sau này : bổn phận phải biết ơn những người mang sự tiến-bộ ấy lại cho ta, hay là làm cho sự tiến-bộ ấy có thể thực-hành được ; bổn-phận lợi-dụng những sự tiến-bộ, theo như luật luân-lý bắt buộc. Chúng ta

---

(1) *Giữ bí-mật* : giữ kín lấy một mình không cho người khác biết.

(2) *Thu-thập* : lấy được.

(3) *Đức-tính* : tính nết tốt.

(4) *Não-tủy* : óc người ta.

écoles : primaires, secondaires, professionnelles, écoles d'arts appliqués, écoles supérieures, université, offrent à un grand nombre les moyens de profiter des bienfaits de la science.

Dans cette voie, longtemps négligée, l'Indochine avait besoin d'une aide étrangère. Il en est de même pour le développement de l'industrie et du commerce. C'est un bonheur pour ses habitants, en retard sur ces divers points, qu'un peuple d'occident se fasse si volontiers leur éducateur. D'autres auraient gardé leur supériorité pour eux-mêmes. Les Français apportent non seulement leurs techniques et leurs sciences mais aussi l'exemple de certaines qualités d'esprit, longues à acquérir, mais essentielles : l'esprit d'ordre, de méthode, de prévoyance, d'économie ; le goût de l'entreprise, la pratique de la persévérance, le goût de l'étude désintéressée.

Voilà ce que les jeunes gens d'Indochine doivent chercher à apprendre au contact des Français. Mais ce serait un malheur si, dans quelques jeunes cervelles, naissait un certain mépris pour les gens plus âgés, qui ont connu une période moins bonne.

Les qualités de cœur et de caractère, qui sont plus importantes que celles de l'intelligence, s'acquièrent dans la famille et par l'expérience de la vie.

C'est pourquoi ceux qui nous ont donné le jour ont droit à notre obéissance et ceux qui ont longtemps vécu à notre respect. Un fils ou un jeune homme, qui s'affranchit de ce précepte parce qu'il croit être plus instruit, est méprisable et ridicule.

Les progrès dont nous profitons nous imposent des devoirs : devoir de gratitude envers ceux qui nous ont apporté ce progrès ou l'ont rendu possible ; devoir d'utiliser ces progrès en nous conformant à la loi morale. Cette loi nous la recueillons au foyer familial, de la bouche des vieillards et par l'exemple des ancêtres et des hommes vertueux, dont la tradition nous a conservé le souvenir.

En définitive il faut que les jeunes s'appuient sur les anciens, qui leur apportent les enseignements du passé et les leçons de l'expérience, et sur les Français qui, fidèles à leur politique de toujours, ont surtout une ambition : aider les peuples qu'ils dirigent à réaliser pleinement leur destinée.

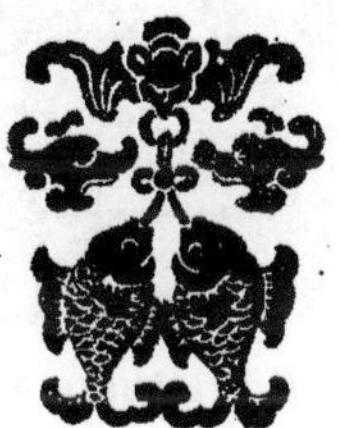

hái những cái quả của cái luật luân-lý ấy ở chốn gia-đình, ở miệng các cụ già và ở như cái gương của tổ-tiên ta và của những người nhân-đức còn lưu-truyền lại đến ngày nay.

Sau hết, những bạn thiếu-niên nên dựa vào những nhà cựu-học mà học lấy những đạo lý cổ và những bài học về sự từng-trải, và lại nên dựa vào người *Pháp*, xưa nay vẫn trung-thành với cái chính-sách (1) của mình là muốn giúp-đỡ những dân-tộc dưới quyền mình cai-trị có thể thực-hành cuộc sinh-hoạt một cách rất là hoàn-hảo vậy.

____

(1) Cái chính sách : cái phép trị nước.

Une Pagode à Luang Prabang.
Một cái chùa xứ Lào.

L'alliance entre le progrès et la tradition. La Pagode des Pinceaux (Hanoï)
illuminée pour la fête de la Victoire.

Việc dung-hòa sự tiên-bộ với tục tổ-chuyên. Đền Ngọc-Sơn (Hà-nội) mắc
đèn điện sáng chưng về dịp hội Chiên-thắng.

<table>
<tr><td>

TABLE DES MATIÈRES

</td><td>

MỤC-LỤC

</td></tr>
</table>

ACHEVÉ D'IMPRIMER EN DÉCEMBRE MCMXXVI POUR
LES ÉDITIONS DE « L'ÉVEIL ÉCONOMIQUE » SUR
LES PRESSES DE L'IMPRIMERIE D'EXTRÊME-ORIENT
A HANOI (Tonkin)

CETTE BROCHURE A ÉTÉ TIRÉE A CENT MILLE
EXEMPLAIRES SUR PAPIER EN PÂTE DE BAMBOU
DES PAPETERIES DE L'INDOCHINE (DAPCAU-VIÉTRI)
(Tonkin)

□ □ □

LES BANDEAUX, CULS-DE-LAMPE ET
ORNEMENTS DIVERS ILLUSTRANT CETTE
BROCHURE SONT EXTRAITS DE LA
COLLECTION DU " BULLETIN DES AMIS
DU VIEUX HUÉ" ET PARTICULIÈREMENT
DE L'OUVRAGE " L'ART A HUÉ ".

■ ■ ■

SÁCH CỦA NHÀ BÁO « KINH-TẾ » IN TẠI VIỄN-ĐÔNG
ẤN QUÁN Ở HÀ-NỘI (Bắc-kỳ) THÁNG CHẠP NĂM
MỘT NGHÌN CHÍN TRĂM HAI MƯƠI SÁU.

SÁCH NÀY IN MƯỜI VẠN QUYỂN BẰNG GIẤY TRE
CỦA SỞ LÀM GIẤY ĐÔNG-PHÁP Ở ĐÁP-CẦU VÀ
VIỆT-TRÌ (Bắc-kỳ).

□ □ □

NHỮNG BẢN VẼ Ở ĐẦU VÀ CUỐI TỪNG
CHƯƠNG VÀ TRANH ẢNH IN TRONG SÁCH
ĐỀU LẤY Ở TẬP " SÁCH BIÊN-TẬP CỦA
HỘI KINH-THÀNH HIẾU-CỔ " VÀ NHẤT LÀ
Ở SÁCH "L'ART A HUÉ ".

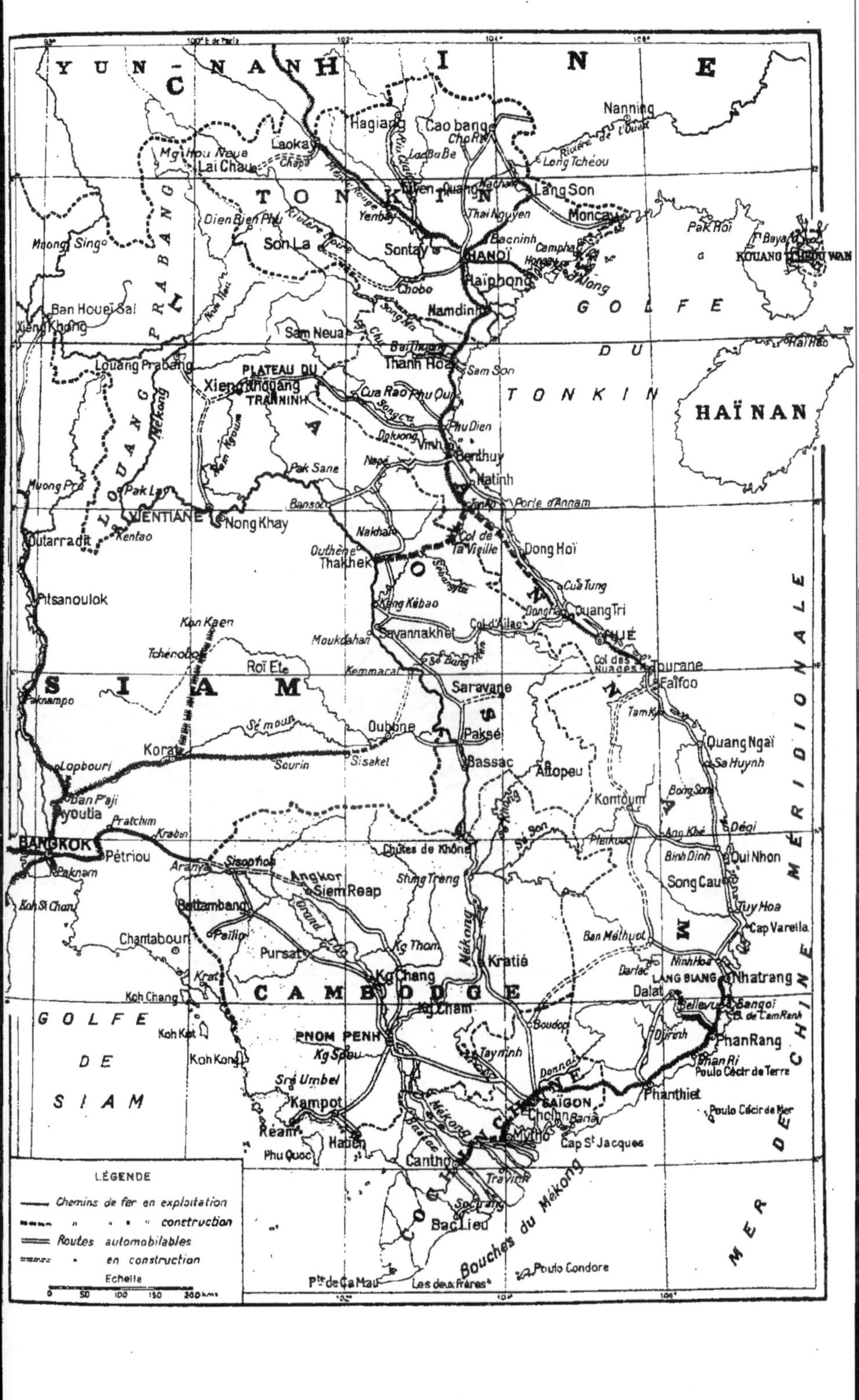

YUN-NANH
CHINE
Nanning
Hagiang
Cao bang
Cho Ra
Laokai
Rivière de l'Ouest
Mg'hou Neua
Chapa
Long Tchéou
Lai Chau
TONKIN
Dien Bien Phu
Tuyen Quang
Lang Son
Yenbay
Thai Nguyen
Moncay
Muong Singo
Son La
Pak Hoi
Bacninh
Sontay
Campha
T. Bayard
Ban Houei Sai
HANOI
KOUANG TCHEOU WAN
Xieng Khong
Haiphong
Chobo
GOLFE
Namdinh
DU
Louang Prabang
Sam Neua
Thanh Hoa
Sam Son
TONKIN
Xieng Khoüang
Cua Rao
Phu Qui
TRANNINH
HAÏNAN
Phu Dien
Pak Sane
Nakhai
Vinh
Napé
Benthuy
Muong Prê
Pak Lay
Hatinh
VIENTIANE
Bansol
Porte d'Annam
Nong Khay
Col de
Outarradit
Kentao
Ta Vieille
Dong Hoi
Outhène
Thakhek
Cua Tung
Pitsanoulok
Kêng Kêbao
Dong Ha
Quang Tri
Kon Kaen
Savannakhet
Col d'Ailao
HUÉ
Tchérobol
Col des
Roï Et
Kemmarat
Nuages
Tourane
SIAM
Saravane
Faïfoo
Paknampo
Sé moun
Tam Ky
Oubone
Paksé
Quang Ngaï
Korat
Sisaket
Bassac
Sa Huynh
Lopbouri
Sourin
Attopeu
Bong Son
Ban Paji
Kontoum
Ayoutia
Pratchim
Krabin
Pleikou
Ang Khé
Dégi
BANGKOK
Chutes de Khône
Binh Dinh
Qui Nhon
Pétriou
Aranya
Sisophon
Song Cau
Paknam
Stung Treng
Tuy Hoa
Koh Si Chan
Angkor
Siem Reap
Cap Varella
Battambang
Chantabouri
Pailin
Ban Méthuol
Pursat
Kg Thom
Kratié
Ninh Hoa
Krat
Darlac
LANG BIANG
Nhatrang
Koh Chang
Kg Chang
Dalat
Bellevue
Bangoi
GOLFE
CAMBODGE
B. de Cam Ranh
Kg Cham
DE
Koh Kat
Boudop
Djiring
PhanRang
SIAM
Koh Kong
Kg Speu
Tayninh
Phan Ri
Srê Umbel
Donnaï
Poulo Cécir de Terre
Kampot
SAIGON
Phanthiet
Poulo Cécir de Mer
Réam
Cholon
Baria
Hatien
Mytho
Phu Quoc
Cap St Jacques
Cantho
Travinh
MER DE CHINE MÉRIDIONALE
Soctrang
Bac Lieu
Bouches du Mékong
Pte de Ca Mau
Les deux frères
Poulo Condore

LÉGENDE
Chemins de fer en exploitation
en construction
Routes automobilables
en construction
Echelle
0   50   100   150   200 kms

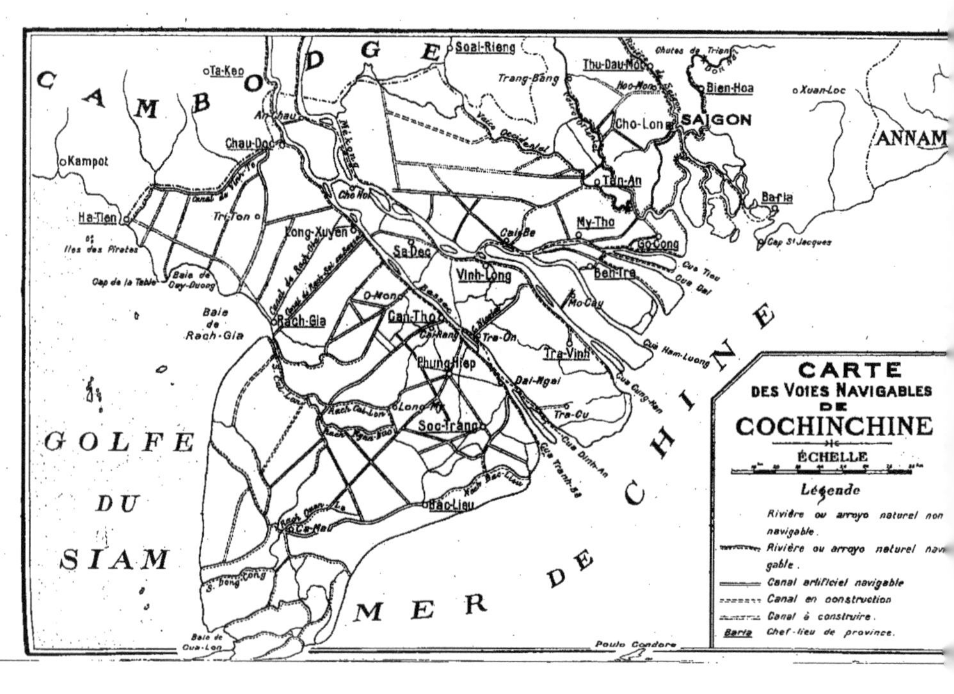

CAMBODGE
ANNAM
CHINE
MER DE CHINE
GOLFE DU SIAM
oTa-Keo
oKampot
An-Chau
Chau-Doc
Ha-Tien
Iles des Pirates
Cap de la Table
Baie de Duy-Duong
Baie de Rach-Gia
Soai-Rieng
Trang-Bang
Thu-Dau-Mot
Noc-Nong
Chutes de Trian
Bien-Hoa
oXuan-Loc
Cho-Lon
SAIGON
Ba-Ria
oCap St Jacques
oTan-An
My-Tho
Go-Cong
Cai-Be
Cho-Moi
Long-Xuyen
Sa-Dec
Vinh-Long
Ben-Tra
Cua Tieu
Cua Dai
O-Mon
Mo-Cay
Rach-Gia
Can-Tho
Cai-Rang
Tra-On
Tra-Vinh
Cua Ham-Luong
Phung-Hiep
Dai-Ngai
Cua Cung-Han
Rach-Cai-Lon
O-Long
Tra-Cu
Soc-Trang
Cua Dinh-An
Bac-Lieu
S. Dong-Cong
Ca-Mau
Baie de Cua-Lon
Cua Tranh-De
Paulo Condore
Tri-Ton
Mé-Long
CARTE
DES VOIES NAVIGABLES
DE
COCHINCHINE
ÉCHELLE
Légende
Rivière ou arroyo naturel non navigable.
Rivière ou arroyo naturel navigable.
Canal artificiel navigable
Canal en construction
Canal à construire.
Ba-Ria Chef-lieu de province.

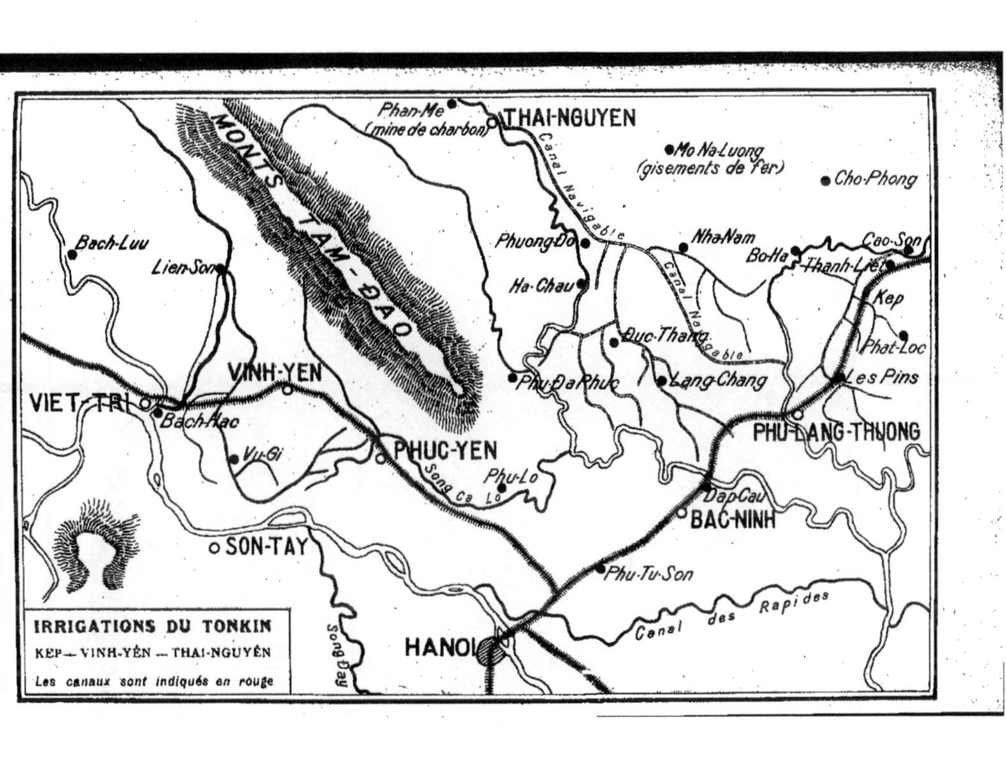

MONTS TAM-DAO
Phan-Me
(mine de charbon)
THAI-NGUYEN
Mo Na-Luong
(gisements de fer)
Cho-Phong
Bach-Luu
Lien-Son
Phuong-Do
Canal Navigable
Nha-Nam
Bo-Ha
Cao-Son
Thanh-Liet
Ha-Chau
Canal Navigable
Kep
Duc-Thang
Phat-Loc
VINH-YEN
Phu-Da-Phuc
Lang-Chang
Les Pins
VIET-TRI
Bach-Hac
PHU-LANG-THUONG
Vu-Gi
PHUC-YEN
Song Ca Lo
Phu-Lo
Dap-Cau
BAC-NINH
SON-TAY
Phu-Tu-Son
Canal des Rapides
Song Day
HANOI
IRRIGATIONS DU TONKIN
KEP — VINH-YEN — THAI-NGUYÊN
Les canaux sont indiqués en rouge

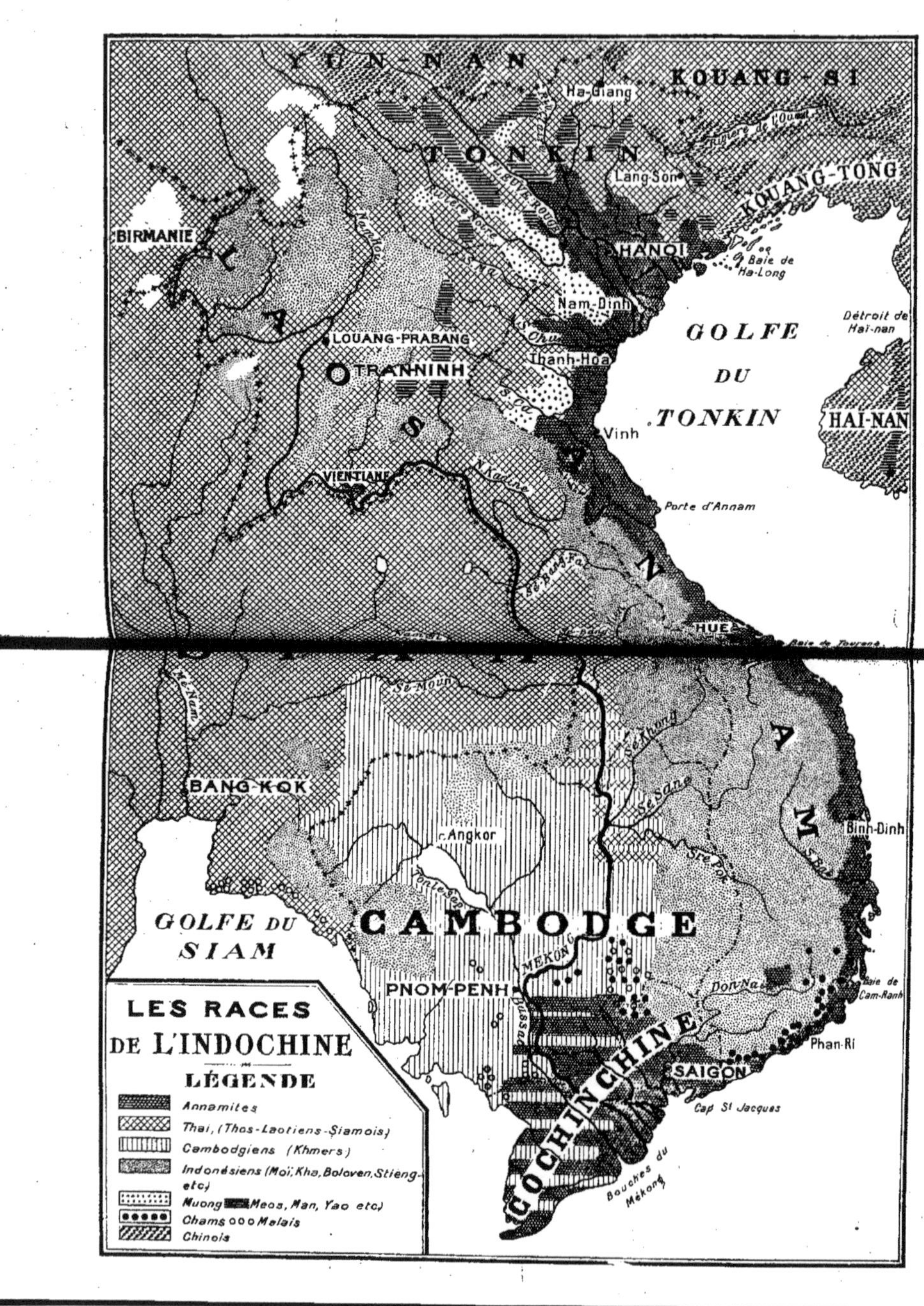
YUN-NAN
KOUANG-SI
Ha-Giang
TONKIN
Lang-Son
KOUANG-TONG
BIRMANIE
HANOI
Baie de Ha-Long
Nam-Dinh
Détroit de Haï-nan
L
LOUANG-PRABANG
TRAN-NINH
GOLFE
DU
TONKIN
Thanh-Hoa
A
O
HAI-NAN
S
Vinh
VIENTIANE
Porte d'Annam
A
N
HUE
Baie de Tourane
BANG-KOK
A
M
Binh-Dinh
Angkor
S-Kong
Se Sane
GOLFE DU
SIAM
CAMBODGE
MEKONG
Don-Nai
Baie de Cam-Ranh
PNOM-PENH
Tonlé-Sap
COCHINCHINE
Phan-Ri
SAIGON
Cap St Jacques
Bouches du Mékong
LES RACES
DE L'INDOCHINE
LÉGENDE
Annamites
Thai, (Thos-Laotiens-Siamois)
Cambodgiens (Khmers)
Indonésiens (Moï, Kha, Boloven, Stieng-etc)
Nuong Meos, Man, Yao etc)
Chams o o o Malais
Chinois

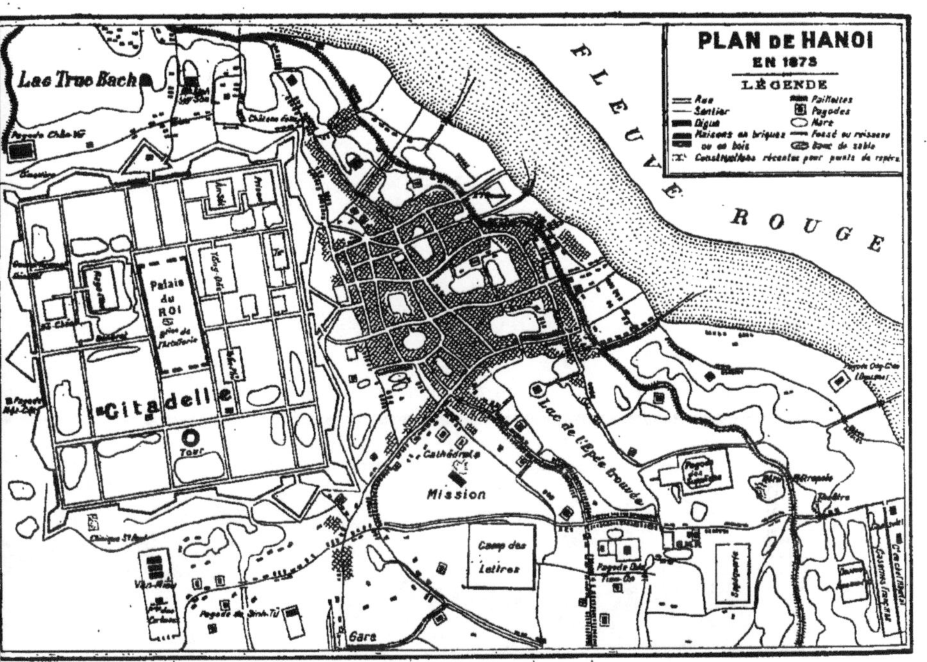

PLAN DE HANOI
EN 1873
LÉGENDE
Rue
Sentier
Digue
Maisons en briques ou en bois
Constructions récentes pour points de repère
Paillotes
Pagodes
Mare
Fossé ou ruisseau
Banc de sable
Lac Truc Bach
Pagode Chua VG
FLEUVE ROUGE
Palais du ROI
Citadelle
Tour
Lac de l'Épée trouvée
Cathédrale
Mission
Camp des Lettres
Van-Mieu
Pagode de Sinh-Tü
Gare

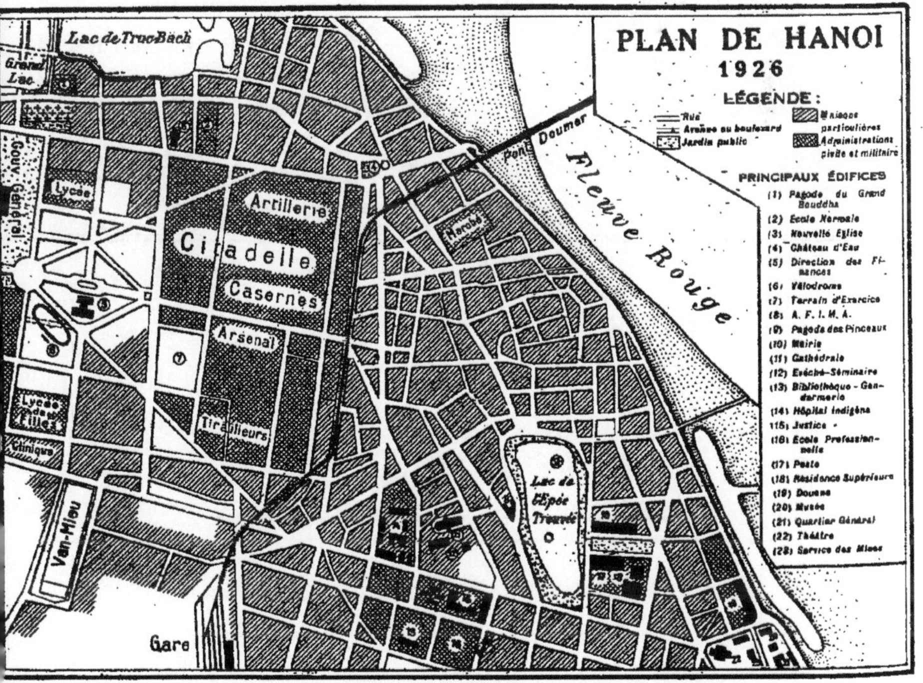

PLAN DE HANOI
1926
LÉGENDE :
Rue
Avenue ou boulevard
Jardin public
Maisons particulières
Administrations civile et militaire
PRINCIPAUX ÉDIFICES
(1) Pagode du Grand Bouddha
(2) École Normale
(3) Nouvelle Église
(4) Château d'Eau
(5) Direction des Finances
(6) Vélodrome
(7) Terrain d'Exercice
(8) A. F. I. M. A.
(9) Pagode des Pinceaux
(10) Mairie
(11) Cathédrale
(12) Évêché-Séminaire
(13) Bibliothèque - Gendarmerie
(14) Hôpital indigène
(15) Justice
(16) École Professionnelle
(17) Poste
(18) Résidence Supérieure
(19) Douane
(20) Musée
(21) Quartier Général
(22) Théâtre
(23) Service des Mines
Lac de Truc Bach
Grand Lac
Gouv. Général
Lycée
Artillerie
Citadelle
Casernes
Arsenal
Tirailleurs
Lycée de Filles
Clinique
Van-Mieu
Gare
Pont Doumer
Fleuve Rouge
Lac de l'Épée Trouvée

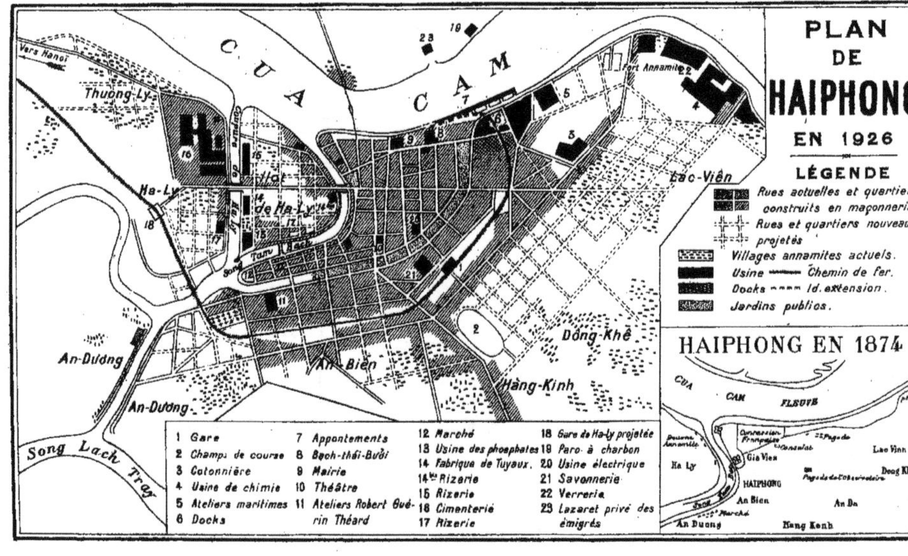

PLAN
DE
HAIPHONG
EN 1926
LÉGENDE
Rues actuelles et quartiers construits en maçonnerie
Rues et quartiers nouveaux projetés
Villages annamites actuels.
Usine
Docks
Chemin de fer.
Id. extension.
Jardins publics.
HAIPHONG EN 1874
CUA CAM
Vers Hanoi
Thuong-Ly
Ha-Ly
de Ha-Ly
Song Tam
An-Duong
An-Duong
Song Lach Tray
An-Bien
Fort Annamite
Lac-Viên
Dông-Khê
Hàng-Kinh
1 Gare
2 Champs de course
3 Cotonnière
4 Usine de chimie
5 Ateliers maritimes
6 Docks
7 Appontements
8 Bach-thái-Buởi
9 Mairie
10 Théâtre
11 Ateliers Robert Gué-rin Théard
12 Marché
13 Usine des phosphates
14 Fabrique de Tuyaux.
14bis Rizerie
15 Rizerie
16 Cimenterie
17 Rizerie
18 Gare de Ha-Ly projetée
19 Parc à charbon
20 Usine électrique
21 Savonnerie
22 Verrerie
23 Lazaret privé des émigrés
CUA CAM FLEUVE
Douane Annamite
Concession Française
Consulat
Pagode
Ha Ly
Gia Viên
HAIPHONG
An Bien
An Duong
Marché
Hang Kenh
An Da
Lac Vinn
Dong Kh
Pagode de l'Observatoire

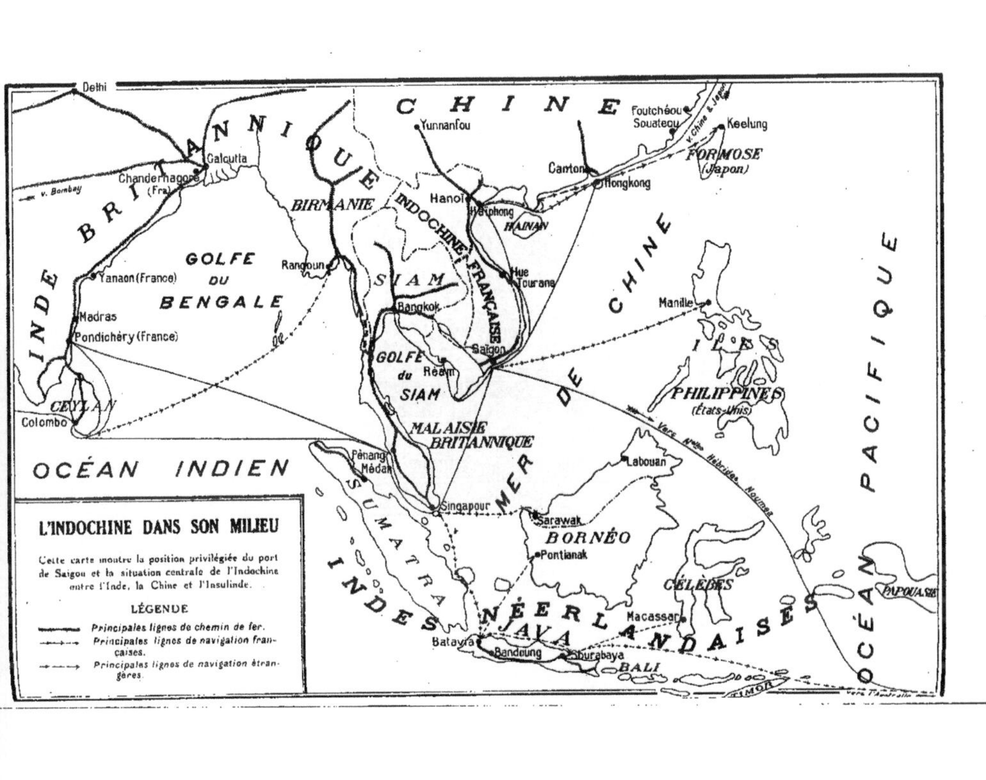

Delhi
CHINE
Yunnanfou
Foutchéou
Souateou
Keelung
Calcutta
Canton
FORMOSE
(Japon)
v. Chine & Jap.
Chandernagore
(Fra)
v. Bombay
INDE BRITANNIQUE
BIRMANIE
Hanoï
Hongkong
Haïphong
HAINAN
INDOCHINE FRANÇAISE
GOLFE
DU
BENGALE
Rangoun
SIAM
Hué
Tourane
Yanaon (France)
Bangkok
MER DE CHINE
Manille
Madras
Pondichéry (France)
Saïgon
ÎLES
GOLFE
du
SIAM
Réam
PHILIPPINES
(États-Unis)
CEYLAN
Colombo
MALAISIE
BRITANNIQUE
Vers N.lles Hébrides Nouméa
OCÉAN INDIEN
Pénang
Médan
SUMATRA
Singapour
Labouan
Sarawak
BORNÉO
Pontianak
OCÉAN PACIFIQUE
INDES NÉERLANDAISES
CÉLÈBES
PAPOUASIE
JAVA
Macassar
Batavia
Bandoung
Surabaya
BALI
TIMOR
Vers l'Australie

L'INDOCHINE DANS SON MILIEU
Cette carte montre la position privilégiée du port
de Saïgon et la situation centrale de l'Indochine
entre l'Inde, la Chine et l'Insulinde.
LÉGENDE
Principales lignes de chemin de fer.
Principales lignes de navigation fran-
çaises.
Principales lignes de navigation étran-
gères.

IMP. D'EXTRÊME-ORIENT
HANOI — (INDOCHINE)